Quick & Easy
Way To Learn Tamil

SEETHALAKSHMI
&
KRITHIKA (JNU)

QUALIS BOOKS

G T BOOK
AGENCY

ISBN : 81-87838-14-2
ISBN : 978-81-87838-14-0

1st Published 2015
2nd Published 2023
Reprinted 2026

Quick & Easy Way to Learn Tamil

Published by
Qualis Books
140, Medha Apartment
Mayur Vihar, Ext. Phase 1,
New Delhi - 110091
E-mail : qualisbooks@yahoo.co.in

Printed in India at
DK Fine Art Press
New Delhi.

Quick & Easy Way to Learn Tamil

Tamil is one of the long surviving classical languages of the world which is spoken in Tamil Nadu and Puducherry in India as well as in Sri Lanka, Mauritius, Singapore and Malaysia.

Being one of the oldest languages, Tamil language is considered difficult to be learnt. But, here, we have tried to make this language simple to initiate the learner with basic vocabulary and easy sentences.

To facilitate the pronunciation, each word in Tamil is followed by its possible equivalent pronunciation in English.

Learning a new language is always exciting. We hope the learner will enjoy the journey into a new world.

All the best!

Contents

CHAPTER-1

TAMIL ALPHABETS

Tamil Alphabet	English Sound	Pronunciation Example
Consonant		
க்	ik	as in **kit**
ங்	ṅ	as in **noon**
ச்	c	as in **cow**
ஞ்	ñ	as in **Canyon**
ட்	ṭ	as in **toy**
ண்	ṇ	as in **news**
த்	t	as in **time**
ந்	n	as in **night**
ப	p	as in **pool**
ம	m	as in **man**
ய	y	as in **you**
ர	r	as in **rabbit**

ல	l	as in **lion**
வ்	v	as in **very**
ழ	ḻ	★
ள	ḷ	as in **look**
ற்	ṟ	as in **room**
ன்	ṉ	as in **night**
ஶ்	ś	as in **show**
ஜ	j	as in **joke**
ஷ்	ṣ	as in **smile**
ஸ்	s	as in **small**
ஹ்	h	as in **high**
க்ஷ்	sh	as in **shuttle**

Vowel

அ	a	as in **apple**
ஆ	ā	as in **father**
இ	i	as in **tip**
ஈ	ī	as in **deep**

உ	u	as in **ultimate**
ஊ	ū	as in **moon**
எ	e	as in **elephant**
ஏ	ē	as in **alien**
ஐ	ai	as in **Thai**
ஒ	o	as in **opera**
ஓ	ō	as in **oats**
ஔ	au	as in **owl**

Combined letters

க (க் + அ)	ka	as in **cut**
கா (க் + ஆ)	kā	as in **car**
கி (க் + இ)	ki	as in **kit**
கீ (க் + ஈ)	kī	as in **kiwi**
கு (க் + உ)	ku	as in **Kung-fu**

கூ (க் + ஊ)	kū	as in **cooler**
கெ (க் + எ)	ke	as in **kept**
கே (க் + ஏ)	kē	as in **cake**
கை (க் + ஐ)	kai	as in **Cairo**
கொ (க் + ஒ)	ko	as in **Congo**
கோ (க் + ஓ)	kō	as in **coastal**
கௌ (க் + ஔ)	kau	as in **cow**

★

Note -

Tamil alphabet 'ழ' is denoted as 'zh'. This alphabet does not exist in English language.

The nearest pronunciation of 'ழ' in English is the pronunciation of the alphabet 'l'.

To distinguish between ழ and ல we have used 'zh' and 'l' repectively.

Classes of Tamil Pronouns

Personal

	English (Singular)	Tamil	Pronunciation	English (Plural)	Tamil	Pronunciation
1st person	I	நான்	naan	We (listener included)	நாம்	Naam
				We (listener not included)	நாங்கள்	naangal
2nd person	You	நீ	nee	You	நீங்கள்	neengal
	You (respect)	நீங்கள்	neengal			
3rd person	he	அவன்	avan	they	அவர்கள்	avargal
	she	அவள்	aval			
	he/she (respect)	அவர்	avar			
	it	அது	adhu	They (those things)	அவை	Avai

Possessive

English	Tamil	Pronunciation
my	என்னுடைய	Yennudaiya
your	உன்னுடைய	Unnudaiya
his	அவனுடைய	Avanudaiya
her	அவளுடைய	Avaludaiya
our	எங்களுடைய	Yengaludaiya
their	அவர்களுடைய	Avargaludaiya

Demonstrative

Relationship	English	Tamil	Pronunciation	English	Tamil	Pronunciation
adjective	that	அந்த	andhe	this	இந்த	indhe
thing	that thing	அது	adhu	this thing	இது	idhu
place	there	அங்கு	angu	here	இங்கு	ingu
time	then	அப்பொழுது	appozhuthu	now	இப்பொழுது	ippozhuthu

manner/method	in that manner	அப்படி	appadi	in this manner	இப்படி	ippadi
day	that day	அன்று	andru	this day	இன்று	indru
amount	that much	அவ்வளவு	avvalavu	this much	இவ்வளவு	ivvalavu
number	that many	அத்தனை	athanai	this many	இத்தனை	ithanai
things	those things	அவை	avai	these things	இவை	Ivai

Interrogative

Relationship	English word	Tamil word	pronunciation
day	Which day	என்று	Yendru
adjectives	Which	எந்த	Endha
things	Which thing	எது	Yedhu
place	Where	எங்கு	Yengu
time	When	எப்பொழுது	Yeppozhudu

amount	How much	எவ்வளவு	Yevvalavu
number	How many	எத்தனை	Yeththanai
person	Who	யார்	Yaar
misc	What	என்ன	Yenna
reason	Why	ஏன்	Yen
position	Which rank	எத்தனையாவது	yethanaiyavad hu

Reflexive

English	Tamil	Pronunciation
myself	நானே, எனக்கே	Naane,yenakke
yourself	நீயே	Neeye
himself	அவனே	Avane
herself	அவளே	Avale
ourselves	நாங்களே	Naaingale
themselves	அவர்களே	Avargale

Indefinite

English	Tamil	Pronunciation
Someone	சிலர்	Silar
something	சிலது	Siladu
some	சில	Sila
sometime	சில நேரம்	Sila neram

Negative

English	Tamil	Pronunciation
Nobody	யாரும் இல்லை	Yaarum illai
Nothing	ஒன்றுமில்லை	Ondrum illai
Nowhere	எங்கேயும் இல்லை	Yenkayum illai

Negative

English	Tamil	Pronunciation
Oneself	ஒருவர் தம்மையே	Oruvar thammaiye
each	ஒவ்வொரு	Ovvaru
other	வேறு	Vayru
another	இன்னொரு	Innoru
any	ஏதேனும்	Yedhaynum
'All'(everyone) for people	எல்லோரும்	Yellorum
'All'(everything) for non people	எல்லாம்	Yellaam

Example

All kids are playing.
குழந்தைகள் எல்லோரும் விளையாடுகிறார்கள்.
(kuzhainthaigal **yellorum** vilaiyaadugiraargal)

All dogs are barking.
நாய்கள் எல்லாம் குரைக்கின்றன. (naaygal **yellaam** kuraikkindrana)

Basic Rule

1. There is no way to translate "is" in Tamil, and there is no translation for "is" in making simple sentences.

Example

அவர் காவல்காரன் (avar kaavalkaaran) = He is a police officer.

2. To make a simple sentences into negative (reverse the meaning), add இல்லை (illai) to the end of the sentence.

Example

அவர் காவல்காரன் இல்லை (avar kaavalkaaran illai) = He is not a police officer

3. To turn a sentence into a question adds "ஆ" (aa) to the end of the sentence.

Example

அவர் காவல்காரனா? (avar kaavalkaarana?)= Is he a police officer?

Noun Gender and Number

There are 5 genders. ஆண் - aan(Masculine), பெண்-penn (feminine), பலர் - palar(many- masculine or feminine), ஒன்று (one) and பல - pala (many). Of these the first three belong to the **Personal cases** (உயர்திணை - uyarthinai) and the last two to the **Impersonal** (அஃறிணை - agrinai).

Among personal nouns, therefore there are two genders, the **Masculine (**ஆண்பால் - aanpaal) and the **Feminine (**பெண்பால் - pennpaal**).**

It must however be remembered that the distinction maintained only when the noun are singular. When they are plural they are called "plural gender" without any reference to the sex which they actually denote.

Example: மனிதன் (manidhan) is masculine but மனிதர் ;(manidhar) is பலர்பால் (palarpaal) though still of the same gender. Again பெண் (penn) is feminine while பெண்கள் (penngal) is

பலர்பால் (palarpaal). So மனிதர் (men) and பெண்கள் (women), are of the same gender பலர்பால் (palarpaal).

As regards impersonal noun, when an impersonal noun is singular it is of the ஒன்றன் பால் (ondran paal).

Example: ஒன்று (ondru), அது (adhu), மாடு (maadu), மரம் (maram) etc;

When it is plural, it is of the பலவின்பால் (palavinpaal).

Example: மூன்று (moondru). அவை (avai), மாடுகள் (maadugal), மரங்கள் (marangal).

Personal (singular) is distinguished in different ways

1. By different terminations, such as ன், அன், ஆன் for the masculine and ள் அள் ஆள் இ and ஐ for the feminine.

Ex:	Masculine	Feminine
	அவன் (avan)	அவள் (aval)
	மாமன் (maaman)	மாமி (maami)
	அண்ணண் (annan)	அண்ணி (anni)

2. By different words,

தந்தை (thandhai)	தாய் (thaai)
ஆண் (aan)	பெண் (penn)
மாதா (maatha)	பிதா (pitha)

3. By prefixes and suffixes.

ஆண்மகன் (aanmagan)	பெண்மகள் (pennmagal)
கடைக்காரன் (kadaikkaaran)	கடைக்காரி (kadaikkaari)
வேலைக்காரன் (velaikkaaran)	வேலைக்காரி (velaikkaari)

Plural (Personals) (பலர்பால்) end in ர் to which கள் is sometimes added.

Example: அவர், இவர், இருவர், அவர்கள், இவர்கள் etc.

Singular Impersonal (ஒன்றன் பால்) end in து.

Example: அது,இது ,எது, ஏது etc. This rule applies to derivatives only.

The primaries have various terminations.

Ex: பாம்பு, மரம் , எறும்பு , பழம், காய் etc,,

Plural Impersonal (பலவின்பால்) end in **வை, வ, அ** and கள்.

Example: அவை, இவை,அவைகள், பாம்புகள் etc.

All numerals above one are impersonal plural.

Number (plural)

The general rule for converting a singular noun to plural form follows:
Plural =noun + கள்

Example

Noun	**plural**
வீடு (veedu)	வீடுகள் (veedugal)
மீன் (meengal)	மீன்கள் (meengal)

Following are the two exceptions to the general rule:
Nouns ending in a long vowel (ஆ, ஈ, ஊ, ஏ, ஓ) add க்கள்.

Example

Noun	Plural
பூ (poo)	பூக்கள் (pookkal)
ஈ (ee)	ஈக்கள் (eekkal)

Nouns ending in ம் change ம் to ங் upon addition of கள்.

Example

Noun	Plural
மரம் (maram)	மரங்கள் (Marangal)
படம் (padam)	படங்கள் (padangal)
பாடம் (paadam)	பாடங்கள் (paadangal)

Usage of cases

Only verbs and nouns are the major parts of speech in Tamil that undergo various morphological processes.

First table shows various inflections for the Tamil noun 'maram' (tree).

After suffix splitting, all the case markers will be separated from the root. Note that Tamil noun 'maram' (tree) is not preserved in full in the declension. Instead only, the stem 'mara' is recovered.

case	Tamil	Suffix	Prononciation	English Tr.
Nominative	மரம் மரங்கள்	zero	Maram/marangal	Tree/trees
Instrumental	மரத்தால் மரத்தினால் மரங்களால்	ஆல்	Mara**ttal** Mara**ttinal** mara**ngalal**	By a/the tree By a/the tree By trees
Accusative	மரத்தை மரத்தினை மரங்களை	ஐ	Mara**ttai** Mara**ttinai** mara**ngalai**	Tree Tree tree**s**

Locative	மரத்தில் மரத்தினில் மரங்களில்	இல் /ல்	Mara**ttil** Mara**ttinil** mara**ngalil**	**In the** tree **In the** tree **In the** trees
Dative	மரத்துக்கு மரத்திற்கு மரங்களுக்கு	உக்கு /க்கு	Marat**tukku** Mara**thirku** Mara**ngalukku**	**To/for** tree **To/for** tree **To/for** trees
genitive	மரத்தின் மரங்களின்	இன்	Mara**thin** Mara**ngalin**	Tree'**s** Tree'**s**
Ablative	மரத்திலிருந்து மரங்களிலிருந்து	இருந்து	Mara**thilurndu** **Mara**ngaliliurndu	**From a/the** tree **From a/the** trees

The vocative is sometimes given a place in the case system as an eighth case, although vocative do not participate in usual morphological alternatives.

English	Tamil	Pronunciation
I study	படிக்கிறேன்	padi**kkiren**
We study	படிக்கிறோம்	padi**kkirom**
You study	படிக்கிறாய்	padi**kkiray**
You study (normal)	படிககிறீர்	padi**kkirir**
You study (plural)	படிககிறீரகள்	padi**kkirirgal**
He studies	படிக்கிறான்	padi**kkiraan**
She studies	படிக்கிறாள்	padi**kkiraal**
He/she studies	படிக்கிறார்	padi**kkirar**
It studies	படிக்கிறது	padi**kkiradu**
They study (human)	படிக்கிறார்கள்	Padi**kkirarka;**
They study (non human**)**	படிக்கின்றன	padi**kkindrana**
He who studies	படிக்கின்றவன்	padi**kkindravan**
she who studies	படிக்கின்றவள்	padi**kkindraval**

He who does not study	படிக்காதவன்	padi**kkathavan**
she who does not study	படிக்காதவள்	padi**kkathaval**
That which studies	படிக்கின்றது	padi**kkindradu**

The above table shows some of the conjugations of verb 'padi' (study). For example, the gloss 'he who studies' tries to mimic a relative constructive which is represented as one word in Tamil.

Tenses:

There are three sets of suffixes for the past, present and future tenses. Tense suffixes have two variant forms each for the present and future tense and many variants for the past tense.

Past tense

The past tense refers to a sentence where the action is completed.

There are basically four past tense suffixes **-இன் -, -த்-** , -த்த்-, -ந்த்,

English	Tamil	Pronunciation
He sang	பாடினான்	paadinaan
He cried	அழுதான்	azhudaan
He read	படித்தான்	padiththaan
He fell down	விழுந்தான்	vizhundaan
She walked	நடந்தாள்	nadanthaal

They have phonological variants conditioned by the final consonant of the basic verb.

-இன் -, -த்- ---- go with weak verbs, -த்த்-, with strong verbs and -ந்த், with weak and strong verbs.

Beyond this there is no way to predict which verb takes which past tense suffix.

Present Tense

The present tense refers to a sentence where the action is currently taking place.

Turning a verb root into a present tense verb depends on if the verb is a weak or strong verb.

Present tense --- weak verb
Verb root + கிற் + verb suffix

Example:

English	Tamil	Pronunciation
The dog sleeps	நாய் தூங்குகிறது	Naai thoongukiradu
He buys	அவன் வாங்குகிறான்	Avan vaangukiraan

Example:

English	Tamil	Pronunciation
Kamala reads	கமலா படிக்கிறாள்	Kamala padikkiraal
I think	நான் நினைக்கிறேன்	Naan ninaikkiren

Future tense

Future tense ---- weak verbs
For pronouns (other than அது/அவை)
Verb root + வ் + verb suffix

English	Tamil	Pronunciation
You will run	நீங்கள் ஓடுவீர்கள	Neengal oduveergal
He will sleep	அவன் தூங்குவான்	Avan thoonguvaan

Future tense ---- Strong verbs
For pronouns (other than அது / அவை)
Verb root + ப்ப + verb suffix

Example :

English	Tamil	Pronunciation
Will you give?	நீ கொடுப்பாயா?	Nee koduppaaya?
We will cook	நாங்கள் சமைப்போம்	Naangal samaippom

Proverbs

English	Tamil
All that glitters is not gold	மின்னுவதெல்லாம் பொன்னல்ல.
Look before you leap	ஆழமறியாமல் காலை விடாதே.
The face is the index of the mind	அகத்தின் அழகு முகத்தில் தெரியும்.
Spare the rod and spoil the child	அடி உதவுவது போல அண்ணன் தமபி உதவுவார்களா?
Haste makes waste	புதறிய காரியம் சிதறும்.
Health Is wealth	நோயற்ற வாழ்வே குறைவற்ற செல்வம்.

CHAPTER-2

PARTS OF THE BODY

உடல் உறுப்புகள் (udal uruppukal)

English	Tamil	Pronunciation
Abdomen	அடிவயிறு	adivayiru
Ankle	கணுக்கால்	kanuk-kaal
Arm	கை	kai
Armpit	அக்குள்	akkul
Beard	தாடி	dhaadi
Belly	வயிறு	vayiru
Blood	இரத்தம்	rattham
Body	தேகம்,	dey-gam,
	உடம்பு	udambu
Bone	எலும்பு	yelumbu
Brain	மூளை, புத்தி	moozhai, buddhi

Cheek	கன்னம்	kannam
Chest	மார்பு	maar-bu
Chin	மோவாய்க்கட்டை	movaayi-kattai
Collarbone	கழுத்துப்பட்டை எலும்பு	kazhuthupattai yelumbu
Ear	காது	kaadhu
Elbow	முழங்கை	muzh-ang-kai
Eye	கண்	kann
Eyeball	கண்விழி	kann-vizhi
Eyebrow	புருவம்	puruvam
Eyelid	கண் இமை	kann imai
Face	முகம்	mugam
Finger	கை விரல்	kai veral
Fist	கைமுட்டி	kai-muttii
Flesh	சதை	sadai
Foot	பாதம்	paa-daam
Forehead	நெற்றி	netri
Gall bladder	பித்தப்பை	piththa pai

Gum	பல்ஈறு	pal-eeru
Hair	மயிர்	mayeer
Hand	கை	kai
Head	தலை	thalai
Heart	இதயம்	idhayam
Heel	குதிகால்	kudhi-kaal
Hip	இடுப்பு	iduppu
Intestine	குடல்	kudal
Joint	இணைப்பு	inaippu
Knee	முழங்கால்	muzhang-kal
Kidney	மூத்திரபிண்டம்	moothira-pindam
Large intestine	பெருகுடல்	peru-kudal
Leg	கால்	kaal
Lip	உதடு	udhadu
Liver	கல்லீரல்	kal-eeral
Lung	நுரையீரல	nurai-eeral
Moustache	மீசை	meesai
Mouth	வாய்	vaayi

Muscle	தசை	thasai
Nail	நகம்	nagam
Neck	கழுத்து	kazhuthu
Nerve	நரம்பு	narambu
Nose	மூக்கு	mookku
Palm	உள்ளங்கை	ullang-kai
Penis	ஆண்குறி	aan-kuri
Rib	விலாஎலும்பு	vila-elumbu
Shoulder	தோள்	tholl
Sinus	எலும்பின் உட்புழை	elumbin ootpuzhai
Skin	தோல்	thol
Skull	மண்டைஓடு	mandai-odu
Sole	உள்ளங்கால்	ullang kaal
Thigh	தொடை	thodai
Throat	தொண்டை	thondai
Thumb	கட்டை விரல்	kattai-veral
Toe	கால் விரல்	kaal-veral

Tongue	நாக்கு	naaku
Tooth	பல்	pal
Vein	இரத்தக்குழாய்	rath-tha-kuzhaai
Vertebrae	முதுகு எலும்பு	mudhuku yelumbu
Waist	இடுப்பு	iduppu
Wrist	மணிக்கட்டு	manikattu

CHAPTER-3

CLIMATE

காலநிலை (kaa-la-nilai)

It will be (very) cold tomorrow.
நாளை (மிகவும்) குளிராக இருக்கும்.
Naalai (migavum) kuliraga irrukum.

It was (very) hot last night.
நேற்று (மிகவும்) வெப்பமாக\உஷ்ணமாக இருந்தது.
Netru (migavum) veppam-aaga\ushnam-aaga irrundadhu.

Good/bad weather.
நல்ல /மோசமான வானிலை.
nalla/mosamana vaanilai.

The weather is going to be bad.
வானிலை மோசமாக இருக்கும
Vaanilai mosam-aaga irrukum.

The weather is very fine.
வானிலை மிகவும் நன்றாக இருக்கிறது.
Vaanilai migavum nandraaga irrukirathu.

What will the weather be like tomorrow?
நாளை வானிலை எப்படி இருக்கும?
naalai vaanilai yeppadi irukkum?

Sunny வெய்யிலாக veiyilaga,
Sun சூரியன suriyan.

The sun is not shining.
சூரியன் பிரகாசிக்கவில்லை.
Suriyan pirakasikavillai

It is cool today.
இன்று சில்லென்று இருக்கிறது.
Indru sillendru irrukiradhu.

It is pleasant today.
இன்று மகிழ்ச்சியான வானிலை.
indru magilchiyana vaanilai.

From sunrise to sunset.
சூரிய உதயம் முதல் சூரிய அஸ்தமனம் வரை.
Suriya udhayam mudhal suriya ashtamanam varai.

In the sunshine.
சூரிய ஒளியில்
sooriya oliyil

What is the temperature (today)?
இன்று என்ன/எவ்வளவு டெம்பரேச்சர்?
Indru yenna/evullavu temperaturu?

The temperature is 5 degree above normal (today)
(இன்று) டெம்பரேச்சர் வழக்கத்தை விட 5 டிகிரி அதிகமாக உள்ளது.
(indru) temperature vazhakkathai vida 5 degree adhigamaga ulladu.

What is the weather forecast?
வானிலை முன்னறிவிப்பு என்ன?
vaanilai munnarivippu yenna?

What are weather conditions of Chennai?
சென்னையில் வானிலை எப்படி உள்ளது?
chennaiyil vaanilai yeppadi ulladu?

It is windy today.
இன்று மிகவும் காற்றாக உள்ளது.
indru migavum kaatraaga ulladu.

CHAPTER-4

ANIMALS

மிருகங்கள் mirugangal

English	Tamil	Pronunciation
Bull	காளை	kaalai
Buffalo	எருமை மாடு	ay-rumai maadu
Bullock	எருமை	ay-rumai
Bitch	பெண் நாய்	penn naai
Calf	கன்று	kandru
Cat	பூனை	poonai
Chameleon	பச்சோந்தி	pachondhi
Camel	ஒட்டகம்	ottagam
Cow	பசு மாடு	pasu maadu
Crab	நண்டு	nandu
Crocodile	முதலை	mudhalai
Dangerous	ஆபத்தான	aabathu aana

Deer	மான்	maan
Dog	நாய்	naai
Donkey	கழுதை	kazhuthai
Elephant	யானை	yaanai
Endangered	ஆபத்தான	aabhaththana
Fish	மீன்	meen
Frog	தவளை	thavalai
Fox	நரி	nari
Goat	வெள்ளாடு	vellaadu
Goose	வாத்து	vaath-thu
Hare	முயல்	muyal
Horse	குதிரை	kuthirai
Hound	வேட்டை நாய்	vettai naai
Jackal	நரி	nari
Lamb	ஆட்டுக்குட்டி	aattukutti
Leech	அட்டை	attai
Leopard	சிறுத்தை	siruth-thai
Lion	சிங்கம்	singham
Mare	பெண் குதிரை	penn kuthirai

Mongoose	கீரி	keeri
Monkey	குரங்கு	kurangu
Mouse	சுண்டெலி	sund-yeli
Mule	கோவேறு கழுதை	koverukazhuthai
Pig	பன்றி	pandri
Pup	நாய்க்குட்டி	naai kutti
Python	மலைப்பாம்பு	malai paambu
Ham (male sheep)	செம்மறிகடா	semmari kada
Rhinoceros	காண்டாமிருகம்	kaanda mirugam
Sheep	செம்மறி ஆடு	semmari aadu
Snake	பாம்பு	paambu
Snail	நத்தை	nath-thai
Squirrel	அணில்	anil
Stag	ஆண் கலைமான்	aan kalaimann
Swine	பன்றி	pandri
Tiger	புலி	puli
Tortoise	ஆமை	aamai
Wolf	ஓநாய்	o-naai

CHAPTER-5

BIRDS

பறவைகள் Paravaigal

English	Tamil	Pronunciation
Bat	வௌவால்	vowval
Bird	பறவை	paravai
Cock	ஆண் சேவல்	Aan sayval
Crane	கொக்கு	kokku
Crow	காக்கை	Kaakkai
Cuckoo	குயில்	Kuyil
Dove	புறா	Pura
Duck	வாத்து	Vaaththu
Hen	கோழி	Kozhi
Kite	பருந்து	Parundu
Nightingale	வானம்பாடி	Vaanambady
Owl	ஆந்தை	Aandhai
Parrot	கிளி	Kili

Patridge	கௌதாரி	Cowdhari
Peacock	மயில்	Mayil
Pigeon	புறா	Pura
Sparrow	சிட்டுக்குருவி	Chittukkuruvi
Swan	அன்னம்	Annam
Vulture	கழுகு	Kazhugu
Woodpecker	மரங்கொத்தி பறவை	Maramkothi-paravai

CHAPTER-6

INSECTS AND CRAWLERS

பூச்சிகள் (Poochikal)

English	Tamil	Pronunciation
Ant	எறும்பு	yerumbu
Bee	தேனீ	theni
Bug	மூட்டைப்பூச்சி	moottaipoochi
Butterfly	வண்ணத்துப்பூச்சி	Vannathtu poochi
Firefly	மின்மினிப்பூச்சி	Min mini poochi
Fly	ஈ	e
Frog	தவளை	thavalai
Germ	வியாதிக்கிருமி	Viyadi kirumi
Insect	பூச்சி	poochi
Lizard	பல்லி	palli
Locust	வெட்டுக்கிளி	Vettu kili
Mosquito	கொசு	kosu
Scorpion	தேள்	thel
Spider	எட்டுக்கால் பூச்சி	Eyttukaal poochi
Wasp	குளவி	kulahvi

CHAPTER-7

PLANTS AND FLOWERS

மரங்களும் பூக்களும் (Marangalum Pookalum)

English	Tamil	Pronunciation
Arecanut tree	பாக்கு மரம்	Pakku Maram
Babool tree	வேல மரம்	vela maram
Bamboo tree	மூங்கில் மரம	moongil maram
Banyan tree	ஆலமரம்	aala maram
Coconut tree	தென்னை மரம்	thennai maram
Curry-leaf tree	கறிவேப்பிலை மரம்	curry veppilai maram
Guava tree	கொய்யா மரம்	koiya maram
Jack tree	பலா மரம்	palaa maram
Mango tree	மா மரம்	maa maram
Plaintain tree	வாழை மரம்	vaazhai maram
Camomile	சாமந்தி பூ	saamandhi poo
Jasmine	மல்லிகைப் பூ	malligai poo

Lily	அல்லி பூ	alli poo
Lotus	தாமரைப் பூ	thamarai poo
Marigold	சாமந்தி பூ	aamandhi poo
Rose	ரோஜாப்பூ	roja poo
Sunflower	சூரியகாந்தி பூ	sooriyagandhi poo

CHAPTER-8

HOUSE AND HOUSEHOLD

வீடு மற்றும் வீட்டு veedu matrum veetu

ARTICLES

உபயோக பொருட்கள் ubayoga porutkal

English	Tamil	Pronunciation
Apartment House	அடுக்கு வீடு	adukku veedu
Arch	வளைவு	valaivu
Armchair	கையுள்ள நாற்காலி	kaiyulla naarkaali
Attic	மேல் மாடியறை	male madiyarai
Balcony	கட்டிடத்தின் முன்பாகம்	kattadathin munbaagam
Basket	கூடை	koodai
Brick	செங்கல்	sengal

Broom	விளக்குமாறு	vilakkumaru
Brush	தூரிகை	thoorigai
Bucket	வாளி	vaali
Building	கட்டிடம்	kattidam
Bungalow	பங்களா	bungalow
Bathroom	குளியல் அறை	kulliyal arai
Bed	படுக்கை	padukkai
Bed sheet	படுக்கை விரிப்பு	padukkai virippu
Bench	பலகை	palagai
Blanket	போர்வை	porvai
Bottle	புட்டி	putti
Bowl	கிண்ணம்	kinnam
Box	பெட்டி	petti
Cabinet	மந்திரி சபை\ அலமாரி	manthirisabai\ alamari
Candle	மெழுகுவர்த்தி	mazhuguvartthi
Canister	தேயிலை பெட்டி	theyilai petti
Carpet	கம்பளம்	kambalam
Censer	தூபக்கால்	dhubakkal

Chair	நாற்காலி	Naarkaali
Chandelier	சர விளக்கு	sara vilakku
Chopping board	வெட்டும் பலகை	vettum palagai
Clothes basket	சலவைக்கூடை	salavai koodai
Computer disc	குறுந்தட்டு	kuruntattu
Computer	கணிணி	kanini
Corridor	தாழ்வாரம்	tahzhvaram
Cottage	குடிசை	kudisai
Couch	சாய்விருக்கை	saivirukkai
Courtyard	முற்றம்	muttram
Cup	கிண்ணம்	kinnam
Cupboard	அலமாரி	alamari
Curtain	திரைச்சீலை	thiraicheelai
Cushion	தலையணை	thalaianai
Door	கதவு	kadhavu
Doorbell	அழைப்பு மணி	azhaippu mani
Drain	வாய்க்கால்	vaaikkaal
Drawer	இழுப்பறை	izhupparai
Drawing room	வரவேற்பறை	varaverpparai

Fan	மின்விசிறி	minvisiri
Floor	தரை	tharai
Fork	முள் கரண்டி	mull karandi
Foundation	அஸ்திவாரம்	asthivaaram
Funnel	புனல்	punal
Gallery	கலைக்கூடம்	kalaikkudam
Glass	கண்ணாடி	kannaadi
Hall	மண்டபம்	mandapam
House	வீடு	veedu
Ink pot	மை புட்டி	mai putti
Jar	ஜாடி	jaadi
Jug	கூஜா	kujaa
Key	சாவி	saavi
Kitchen	சமையலறை	samayalarai
Knife	கத்தி	katthi
Ladle	பெரிய கரண்டி	periya karandi
Lamp	விளக்கு	vilakku
Lid	மூடி	muodi
Lock	பூட்டு	poottu

Matchbox	தீப்பெட்டி	theepetti
Mattress	மெத்தை	meththai
Medicine cabinet	மருந்து அலமாரி	marundu alamari
Mug	குவளை	kuvalai
Needle	ஊசி	oosi
Oven	அடுப்பு	aduppu
Peel	தோலை உரி	tholai ori
Plate	தட்டு	thattu
Quilt	மெல்லிய மெத்தை	melliya meththai
Radio	வானொலி	vanoli
Railing	வேலி	vayli
Rocking chair	ஆடும் நாற்காலி	aadum narkaali
Roof	கூரை	koorai
Room	அறை	arai
Rope	கயிறு	kayiru
Sack	கோணிப்பை	konippai
Saucepan	கறிச்சட்டி	karichatti

Shed	கொட்டில்	kottil
Shower	மழை பொழிவு	mazhai polivu
Sieve	சல்லடை	salladai
Sink (kitchen)	முற்றம்	muttram
Spoon	ஸ்பூன்	Spoon
Stair	படி	padi
Stick	குச்சி, தடி	kuchchi, thadi
Stone	கல்	kal
Stool	பீடம்,ஸ்டுல்	peedam, stool
Storey	மேல் மாடி	male madi
Stove	அடுப்பு	aduppu
String	கயிறு	kayiru
Table	மேசை	maysai
Table cloth	மேசை விரிப்பு	maysai virippu
Teacup	டீ கோப்பை	tea koppai
Television	தொலைக்காட்சி	tholaikkatchi
Thimble	விரல் கவசம்	viral kavasam
Tile	ஓடு	oodu

Tongs	இடுக்கி	idukki
Torch	தீப்பந்தம்	theepandam
Tray	தாம்பாளம்	thambalam
Tumbler	லோட்டா	lotta
Umbrella	குடை	kudai
Vase	குவளை	kuvalai
Wall	மதில் சுவர்	madhil suvar
Wall painting	சுவர் ஓவியம்	suvar ooviyam
Wick	திரி	thiri
Window	ஜன்னல்	jannal

CHAPTER-9

TOILETRIES

குளியலறை தொடர்பான பொருட்கள்
(kuliyalarai thodarbana porutkal)

English	Tamil	Pronunciation
Brush	பிரஷ்	Brush
Dandruff	பொடுகு	podugu
Shampoo	ஷாம்பு	Shampoo
Deodorant	வியர்வை போக்கி	viyarvai pokeki
Mouth-wash	வாய் கழுவும் திரவம்	vaai kazhuvum diravam
Perfume	வாசைன பொருள்	vasanai porul
Razor	ஷவரக் கத்தி	shavara kaththi
Scissors	கத்திரிகோல்	kaththirikol
Shaving brush	ஷவர பிரஷ்	shavara brush

Shaving cream	ஷவர கீரீம்	shavara cream
Soap	சோப்பு	Soap
Tooth brush	பல் துலக்கும் பிரஷ்	pal thulakkum brush
Tooth paste	பற்பசை	parpasai
Tooth powder	பற்பொடி	parpodi
Towel	துவாலை	thuvaalai
Underpants	ஜட்டி	jetti
Under garments	உள்ளாடைகள்	ullaadaigal

CHAPTER-10

SCHOOL

பள்ளிக்கூடம் (pallikkoodam)

I am studying medicine.
நான் மருத்துவம் படித்து கொண்டிருக்கிறேன்.
Naan maruth-thuvam padithu kondirukkirayn

I am studying at the college.
நான் கல்லூரியில் படித்து கொண்டிருக்கிறேன்.
Naan kalluriyil padithu kondirukkirayn.

Which class are you in?
நீ எந்த வகுப்பில் இருக்கிறாய்?
Nee Yentha vaguppil irukkirai?

What do you do after school?
பள்ளியிலிருந்து வந்த பிறகு என்ன செய்வாய்?
Palliyilirundu vanda piragu yenna seivai?

Is there a creche here?
இங்கு குழந்தைகள் காப்பகம் இருக்கிறதா?
Ingu kuzhanthaigal kaappagam irukkiradha?

Where is the playground?
விளையாட்டு மைதானம் எங்குள்ளது?
Vilaiattu maidhanam yengulladhu?

Are there swings in the school?
பள்ளிக்கூடத்தில் ஊஞ்சல் உள்ளதா?
Pallikkudathil oonjal ulladha?

CHAPTER-11

CLOTHING

ஆடைகள் (aadaigal)

English	Tamil	Pronunciation
Suit	மேலங்கி	melangi
Tie	கழுத்துப்பட்டை	kazhuthupattai
Border	ஓரம்	ooram
Bra	மார்புக்கச்சை	marbukatchai
Button	பித்தான்	piththan
Cap	குல்லாய்	kullaai
Cardigan	பின்னல் கம்பளி சட்டை	pinnal kambali sattai
Cloak	மேல் ஆடை	mel aadai
Cloth	துணி	thuni
Coat	மேல் அங்கி	mel angi
Darning	ஓட்டைதையல்	ottayi thaiyal

Dress	உடை, ஆடை	udai, aadai
Gloves	கையுறை	kaiurai
Handkerchief	கைக்குட்டை	kaikuttai
Hat	தொப்பி	thoppi
Jacket	மேல் சட்டை	meyl sattai
Lace	ஜரிகை	jarigai
Leather jacket	தோல் ஜாகெட்	thol jacket
Lingerie	பெண்ணின் உள்ளாடை	pennin ulladai
Lining	அக உறை	aga urai
Napkin	குறுந்துணி	kurunthuni
Pyjama	தளர்த்தியான கால்சட்டை	thalarthiyana kaalchattai
Pants	கால்சட்டை	kaalchattai
Panties	உள்காற்சட்டை	ull kaarchattai
Petticoat	மகளிர் உள்பாவாடை	magalir ulpaavaadai
Raincoat	மழைச்சட்டை	mazhai sattai

Sackcloth	முரட்டு சணல் துணி	murattu sanal thuni
Shawl	சால்வை	saalvai
Shirt	சட்டை	sattai
Stitching	தையல்	thaiyal
Stocking	பாதவுரை	paadavurai
Towel	துண்டு	thundu
Trousers	நீள்காற்சட்டை	neel kaarchattai
Turban	தலைப்பாகை	thalai paagai
Underpants	கீழ் உள்ளாங்கி	keezh ullangi
Veil	முக்காடு	mukkaadu

CHAPTER-12

TAMIL NUMBERS FROM 1 TO 100

English	Tamil	Pronunciation
1- one	ஒன்று	ondru
2- two	இரண்டு	iraṇṭu
3- three	மூன்று	moondru
4- four	நான்கு	naanku
5- five	ஐந்து	aintu
6- six	ஆறு	aaru
7- seven	ஏழு	ellu
8- eight	எட்டு	ettu
9- nine	ஒன்பது	Onpatu
10- ten	பத்து	pattu
11- eleven	பதினொன்று	patinondru
12- twelve	பன்னிரண்டு	paṉṉiraṇṭu
13- thirteen	பதின்மூன்று	patinmoonru

14- fourteen	பதினான்கு	patinaanku
15- fifteen	பதினைந்து	patinaintu
16- sixteen	பதினாறு	patinaaru
17- seventeen	பதினேழு	patinellu̱
18- eighteen	பதினெட்டு	patinettu
19- nineteen	பத்தொன்பது	pattonpatu
20- twenty	இருபது	irupatu
21- twenty one	இருபத்தி ஒன்று	irupatti ondru
22- twenty two	இருபத்தி இரண்டு	irupatti iraṇṭu
23- twenty three	இருபத்தி மூன்று	irupatti moondru;.
24- twenty four	இருபத்தி நான்கு	irupatti naanku
25- twenty five	இருபத்தி ஐந்து	irupatti aintu
26- twenty six	இருபத்தி ஆறு	irupatti aaru
27- twenty seven	இருபத்தி ஏழு	irupatti ellu
28- twenty eight	இருபத்தி எட்டு	irupatti ettu

29- twenty nine	இருபத்தி ஒன்பது	irupatti onpatu
30- thirty	முப்பது	muppatu
31- thirty one	முப்பத்தி ஒன்று	muppatti ondru
32- thirty two	முப்பத்தி இரண்டு	muppatti iranṭu
33- thirty three	முப்பத்தி மூன்று	muppatti moondru
34- thirty four	முப்பத்தி நான்கு	muppatti naanku
35- thirty five	முப்பத்தி ஐந்து	muppatti aintu
36- thirty six	முப்பத்தி ஆறு	muppatti aaṟu
37- thirty seven	முப்பத்தி ஏழு	muppatti ellu
38- thirty eight	முப்பத்தி எட்டு	muppatti ettu
39- thirty nine	முப்பத்தி ஒன்பது	muppatti onpatu
40- forty	நாற்பது	naarpatu

41- forty one	நாற்பத்தி ஒன்று	narpatti onru
42- forty two	நாற்பத்தி இரண்டு	narpatti irantu
43- forty three	நாற்பத்தி மூன்று	narpatti mundru
44- forty four	நாற்பத்தி நான்கு	narpatti nanku
45- forty five	நாற்பத்தி ஐந்து	narpatti aintu
46- forty six	நாற்பத்தி ஆறு	narpatti aaru
47- forty seven	நாற்பத்தி ஏழு	narpatti elu`
48- forty eight	நாற்பத்தி எட்டு	narpatti ettu
49- forty nine	நாற்பத்தி ஒன்பது	narpatti onpatu
50- Fifty	ஐம்பது	aimpatu
51- fifty one	ஐம்பத்தி ஒன்று	aimpatu ondru
52- fifty two	ஐம்பத்தி இரண்டு	aimpatu irantu
53- fifty three	ஐம்பத்தி மூன்று	aimpatu mundru
54- fifty four	ஐம்பத்தி நான்கு	aimpatu naanku
55- fifty five	ஐம்பத்தி ஐந்து	aimpatu aintu

56- fifty six	ஐம்பத்தி ஆறு	aimpatu aaru
57- fifty seven	ஐம்பத்தி ஏழு	aimpatu ellu
58- fifty eight	ஐம்பத்தி எட்டு	aimpatu ettu
59- fifty nine	ஐம்பத்தி ஒன்பது	aimpatu onpatu
60- sixty	அறுபது	arubadu
61- sixty one	அறுபத்தி ஒன்று	arubathi ondru
62- sixty two	அறுபத்தி இரண்டு	arubathi irantu
63- sixty three	அறுபத்தி மூன்று	arubathi mundru
64- sixty four	அறுபத்தி நான்கு	arubathi naanku
65- sixty five	அறுபத்தி ஐந்து	arubathi aintu
66- sixty six	அறுபத்தி ஆறு	arubathi aaru
67- sixty seven	அறுபத்தி ஏழு	arubathi ellu
68- sixty eight	அறுபத்தி எட்டு	arubathi ettu
69- sixty nine	அறுபத்தி ஒன்பது	arubathi onpadu

70- seventy	எழுபது	elubadhu
71- seventy one	எழுபத்தி ஒன்று	elubathi ondru
72- seventy two	எழுபத்தி இரண்டு	elubathi irantu
73- seventy three	எழுபத்தி மூன்று	elubathi moondru
74- seventy four	எழுபத்தி நான்கு	elubathi naanku
75- seventy five	எழுபத்தி ஐந்து	elubathi aintu
76- seventy six	எழுபத்தி ஆறு	elubathi aaru
77- seventy seven	எழுபத்தி ஏழு	elubathi ellu
78- seventy eight	எழுபத்தி எட்டு	elubathi ettu
79- seventy nine	எழுபத்தி ஒன்பது	elubathi onpadu
80- Eighty	எண்பது	enpadu
81- eighty one	எண்பத்தி ஒன்று	enbathi ondru
82- eighty two	எண்பத்தி இரண்டு	enbathi irantu
83- eighty three	எண்பத்தி மூன்று	enbathi moondru

84- eighty four எண்பத்தி நான்கு enbathi naanku

85- eighty five எண்பத்தி ஐந்து enbathi aintu

86- eighty six எண்பத்தி ஆறு enbathi aaru

87- eighty seven எண்பத்தி ஏழு enbathi ellu

88- eighty eight எண்பத்தி எட்டு enbathi ettu

89- eighty nine எண்பத்தி ஒன்பது enbathi onpadu

90- ninety தொண்ணூறு thonnooru

91- ninety one தொண்ணூற்று ஒன்று thonnootru ondru

92- ninety two தொண்ணூற்று இரண்டு thonnootru irantu

93- ninety three தொண்ணூற்று மூன்று thonnootru moondru

94- ninety four தொண்ணூற்று நான்கு thonnutru naanku

95- ninety five தொண்ணூற்று ஐந்து thonnutru aintu

96- ninety six தொண்ணூற்று ஆறு thonnutru aaru

97- ninety seven	தொண்ணூற்று ஏழு	thonnutru ellu
98- ninety eight	தொண்ணூற்று எட்டு	thonnutru ettu
99- ninety nine	தொண்ணூற்று ஒன்பது	thonnutru onpadu
100- Hundred	நூறு	Nooru
101- hundred one	நூற்று ஒன்று	Nootru ondru
200- Two hundred	இரு நூறு	iru nooru
1,000- Thousand	ஆயிரம்	aayiram
2,000- Two thousand	இரண்டாயிரம்	irandaayiram
10,000 Ten thousand	பத்தாயிரம்	pathtaayiram
1,00,000 One lakh	ஒரு லட்சம்	oru latcham
10,00,000 Ten Lakhs	பத்து லட்சம்	pathu latcham

CHAPTER-13

CURRENCY

நாணயம் (Naanayam)

English	Tamil	Pronunciation
Currency	நாணயம்	Naanayam
Currency market	நாணயச்சந்தை	Naanaya sandhai
Currency note	நாணயத்தாள்	Naanaya thaal
Foreign exchange	அந்நியச்செலாவணி	anniya selavaani
Exchange rate	(நாணய) மாற்றுவிகிதம்	(naanaya) maatru vigidham
Currency exchange	பணப்பரிமாற்றம்	pana parimattram
Currency restrictions	நாணய கட்டுப்பாடு	Naanaya kattupaadu
Currency unit	நாணய பிரிவு	Naanaya pirivu
Dollar rate	டாலர் விலை	dollar vilai
Traveller's cheque	பயணிகள் காசோலை	payanigal kaasolai

CHAPTER-14

WEEK DAYS

வார நாட்கள் **(vaara naatkal)**

English	Tamil	Pronunciation
Sunday	ஞாயிற்றுக் கிழமை	Nyaayitru kizhamai
Monday	திங்கட் கிழமை	Thingat-kizhamai
Tuesday	செவ்வாய்க் கிழமை	Sevvaai-kizhamai
Wednesday	புதன் கிழமை	Budhan-kizhamai
Thursday	வியாழக் கிழமை	Vyaazha-kizhamai
Thursday	வெள்ளிக் கிழமை	Velli-kizhamai
Saturday	சனிக் கிழமை	Sani-kizhamai

Yesterday was Thursday.
நேற்று வியாழக்கிழமை.
Neyttru viyazhakkilamai.

Tomorrow is Saturday.
நாளை சனிக்கிழமை.
Naalai sanikkilamai.

On Monday.
திங்கட்கிழமை அன்று
Thingalkilamai andru.

On Tuesdays.
செவ்வாய்கிழமைகளில்
sevvaikilamaigalil

Today is ....
இன்று ....
indru ....

CHAPTER-15

MONTHS

மாதங்கள் (Maadhangal)

English	Tamil
January	ஜனவரி
February	பிப்ரவரி
March	மார்ச்
April	ஏப்ரல்
May	மே
June	ஜூன்
July	ஜூலை
August	ஆகஸ்ட்
September	செப்டம்பர்
October	அக்டோபர்
November	நவம்பர்
December	டிசம்பர்

CHAPTER-16

DATE

தேதி theydi

What is the date today?
இன்று என்ன தேதி?
Indru yenna theydi?

Today is the 23rd March.
இன்று மார்ச் 23 ஆம் தேதி.
Indru march 23 aam theydi.

On the 3rd of this month/of next month.
இந்த மாதம் 3ஆம் தேதி/அடுத்த மாதம்.
Intha madham 3aam theydi /aduththa madham.

Until 6th May.
மே 6 ஆம் தேதி வரைக்கும்.
May aaraam theydi (6th) varaikkum.

CHAPTER-17

HOBBIES

பொழுதுபோக்குகள் pozhudupokkugal

English	Tamil	Pronunciation
Cooking	சமையல்	samaiyal
Dancing	நடனம்	nadanam
Gardening	தோட்ட வேலை	thotta velai
Hiking	நீண்ட நடைப் பயணம்	neenda nadai payanam
Sport	விளையாட்டு	vilaiyattu
Reading	வாசித்தல்	vasiththal
Shopping	வாங்குதல்	vanguthal
Socializing	பிறருடன் பழகுவது	pirarudan pazhaguvathu
Travelling	பிரயாணம்	pirayanam

CHAPTER-18

COLOURS

வர்ணங்கள்(நிறங்கள்) Varnangal

English	Tamil	Pronunciation
White	வெண்மை	venmai
Black	கருப்பு	karuppu
Blue	நீலம்	neelam
Yellow	மஞ்சள்	manjal
Green	பச்சை	pachchai
Red	சிவப்பு	sivappu
Violet	ஊதா	oodha
Grey	சாம்பல் நிறம்	saambal niram
Orange	செம்மஞ்சள்	sem manjal

Our national flag has three colours:
நமது தேசிய கொடியில் மூன்று வர்ணங்கள் (நிறங்கள்) உள்ளன:
Namadhu thesiaya kodiyil mundru varnangal (nirangal) ullana:

1. Our flag has ------- colour in the middle.
நமது கொடியில் —— நிறம் மத்தியில் உள்ளது.
namadhu kodiyil ------ niram madhiyil ulladhu.

2. Our flag has ------ colour on the top and ------ colour in the bottom.
நமது கொடியின் மேற்பகுதியில் ——— நிறமும், கீழ்பகுதியில் ——— நிறமும் உள்ளது.
namadhu kodiyin mayrpagudiyil -------- niramum, keezh pagudiyil -------- niramum ulladhu.

CHAPTER-19

RELATIONSHIP

உறவு முறை (uravu murai)

English	Tamil	Pronunciation
adopted	தத்துப்பிள்ளை	thaththupillai
aunt	சித்தி	chiththi
boyfriend	ஆண் சிநேகிதன்	aan senehidan
bride	மணப் பெண்	manappen
bridegroom	மணமகன்	mana magan
brother	சகோதரன்	sahodhran
brother-in-law	மைத்துனன்	mythunan
daughter	மகள்	magal
daughter-in-law	மருமகள்	marumagal
elder brother	அண்ணன்	annan
elder sister	அக்கா	akka
family	குடும்பம்	kudumbam

father	அப்பா, தந்தை	appa, thanthai
father-in-law	மாமனார்	mamanaar
girlfriend	சிநேகிதி	sinehidi
granddaughter	பேத்தி	peyththi
grandson	பேரன்	peyrun
grandchild	பேரக்குழந்தை	peyrakkuzhandhai
grandparents	தாத்தா, பாட்டி	thaththa, paatti
guest	விருந்தினர்	virundinar
host	விருந்தளிப்போன்	virundalippon
husband	கணவன்	kanavan
mother	அம்மா, தாய்	amma,thai
mother-in-law	மாமியார்	mamiyar
neighbour	அண்டை வீட்டார்	andai veetaar
nephew	அண்ணன் (அ) தம்பி மகன்	annan (or) thambi magan
niece	சகோதரன்(அ) சகோதரி மகள்	sagodharan(or) sagodhari magal

parents	பெற்றோர்கள்	petrorgal
relative	உறவினர்	uravinar
sister	சகோதரி	sagodhari
son	மகன், பிள்ளை	magan, pillai
son-in-law	மாப்பிள்ளை	maappillai
spouse	புருஷன் (அ) மனைவி	purushan (or) manavi
twins	இரட்டையர்	irattaiyar
uncle	மாமா, சித்தப்பா	mama, siththappa
wedding	திருமணம்	thirumanam
widow	விதவை	vidhavai
wife	மனைவி	manaivi
younger brother	தம்பி	thambi
younger sister	தங்கை	thangai

He is my father.
இவர் என்னுடைய அப்பா (தந்தை).
Ivar yennudaiya appa (thanthai).

She is my mother.
இவர் என்னுடைய அம்மா (தாயார்).
Ivar yennudaiya amma (thaayaar).

I have one elder sister.
எனக்கு ஒரு அக்கா இருக்கிறாள்.
Yenakku oru akka irukkiraal.

Do you have a younger brother?
உனக்கு தம்பி இருக்கிறானா?
Unakku thambi irukkiraana?

I have one elder brother.
எனக்கு ஒரு அண்ணன் இருக்கிறான்.
Yenakku oru annan irukkirraan.

My grandfather lives with us.
என்னுடைய தாத்தா எங்களுடன் இருக்கிறார்.
Yennudaiya thaththaa yengaludan irukkiraar.

My younger sister is 10 years old.
என்னுடைய தங்கைக்கு 10 வயதாகிறது.
Yennudaiya thangaikku 10 vayathagiradu.

CHAPTER-20

SPORTS

விளையாட்டு (Vilaiyattu)

English	Tamil	Pronunciation
Ace	சீட்டுக்கட்டில் ஒரு வகை	seetukatil oru vagai
Athlete	தடகள போட்டியாளர்	thadakala potiyalar
Badminton	பூப்பந்து	poopandu
Ball	பந்து	pandu
Basketball	கூடை பந்து	koodai pandu
Bat	மட்டை	mattai
Bullfight	மாட்டு சண்டை	mattu sandai
Card game	சீட்டாட்டம்	seetaattam
Champion	சாம்பியன்	Champion
Coach	பயிற்சியாளர்	payirchiyaalar

Corner	மூலை	Moolai
Cricket	கிரிக்கெட்	Cricket
Cricketer	கிரிக்கெட் விளையாடுபவர்	Cricket vilaiyadubavar
Cycling	மதிவண்டி விடுவது	midhivandi viduvadhu
Defeat	தோல்வி	tholvi
Football	கால் பந்து	kaalpandu
Foul	சட்ட விரோதமான	satta virodamaana
Game	ஆட்டம்	aattam
Goal	இலக்கு	ilakku
Goal keeper	இலக்கு காப்பாளர்	ilakku kaappaalar
Golf	குழிப்பந்தாட்டம்	kuzhi pandattam
Group	கூட்டம்	koottam
Ludo	பகடையாட்ட வகை	pagadaiyatta vagai
Match	பந்தயம்	pandayam

Mountain Biking	பைக்கில் மலை ஏறுவது	bikil malai yeruvadu
Penalty	அபராதம்	abaraadham
Pass	கடந்து	kadandu
Player	விளையாடுபவர்	vilaiydubavar
Playground	விளையாட்டு மைதானம்	vilaiyattu maidanam
Racket	பந்து அடிக்கும் மட்டை	pandu adikkum mattai
Rock climbing	பாறை ஏறுதல்	paarai yerudhal
Serve	பந்து அடிப்பது	pandu adipadu
Snakes-ladders	பரமபதம்	paramapadam
Sportsman	விளையாட்டு வீரன்	vilaiyattu veeran
Surfing	உலாவல்	ulaaval
Swimmer	நீச்சல் அடிப்பவன்	neechal adippavan
Swimming	நீச்சல்	neechal
Team	குழு	kuzhu

Tennis	டென்னிஸ்	Tennis
Victory	வெற்றி	vetri
Volleyball	கைப்பந்து	kaipandu
Water-skis	நீர் சறுக்கு	neer charukku
Winner	வெற்றியாளன்	vetriyaalan
Wrestling	மல்யுத்தம்,	malyudham,
	குஸ்தி சண்டை	kusthi sandai

Which sport do you like?
உனக்கு எந்த விளையாட்டு பிடிக்கும்?
Unakku yendha vilayattu pidikkum?

Yes, very much.
ஆமாம், மிகவும்
Aamam, migavum.

Not really.
இல்லை.
illai

Would you like to go to a cricket match?
உனக்கு கிரிக்கெட் மேட்ச் போவதற்கு விருப்பமா?
Unakku cricket match povatharkku viruppma?

What is the score now?
இப்பொழுது ஸ்கோர் என்ன?
ippozhudu score yenna?

It's a draw/love
இந்த போட்டி வெற்றி தோல்வியில்லாமல் முடிந்தது.
indha poti vetri tholvi yillamal mudindadhu.

How much time is left?
எவ்வளவு நேரம் பாக்கியிருக்கிறது?
Yevvalavu neram pakkiirukkiradhu?

What sport do you play?
நீ என்ன விளையாட்டு விளையாடுவாய்?
Nee yenna vilayattu vilaiyaduvai?

I play----
நான் ----- விளையாடுவேன்.
Naan ----- vilaiyaduwayn.

Who is your favourite sportsman?
உனக்கு பிடித்தமான விளையாட்டு வீரர் யார்?
unakku pidaththamana vilaiyattu veerar yaar?

I follow----
நான் ---- ஐ பின் தொடர்வேன்.
Naan ---- ai pin thodarwayn.

I like watching sports.
எனக்கு விளையாட்டை பார்ப்பதற்கு பிடிக்கும்.
Yenakku vilaiyattai paarpatharkku pidikkum.

Which team are you supporting?
நீ எந்த குழுவை ஆதரிக்கிறாய்?
Nee yentha kuzhuvai aadharikkirai?

That was a great match.
அது ஒரு சிறந்த மேட்ச்.
adhu oru sirandha match.

Do you want to play?
உனக்கு விளையாட விருப்பமா?
Unakku vilaiyada viruppama?

Can I join in?
நான் சேர்ந்து கொள்ளலாமா?
Naan seyrndu kollalama?

Can I hire a racquet?
நான் ராக்கெட் வாடகைக்கு எடுக்கலாமா?
Naan racquet vaadagaikku yedukkalama?

What's the charge per day?
ஒரு நாளைக்கு வாடகை எவ்வளவு?
Oru naalaikku vadagai yavvalavu?

CHAPTER-21

AILMENTS

நோய்கள் noyigal

English	Tamil	Pronunciation
Accident	எதிர்பாராத விபத்து	yedhirparadha vibathu
Acidity	புளிப்பு	pulippu
Acne	முகப்பரு	mugapparu
AIDS	எய்ட்ஸ்	AIDS
Ailments	நோய்கள்	noyigal
Allergy	ஒவ்வாமை	ovvaamai
Ambulance	மருத்துவ ஊர்தி	maruththuva oordhi
Anesthetic	மயக்க நிலை	mayakka nilai
Antibiotics	நுண்ணுயிர் எதிரி	nunn-nuyir yethiri
Antihistamines	ஒவ்வாமை நீக்க மருந்து	ovvaamai neeka marundu

Anti	எதிர்ப்பு அழற்சி	yethirpu azharchi
Appendicitis	குடல் வாலழற்சி	kudal valazarchi
Aspirin	வலி நீக்கும் மருந்து	vali neekkum marundu
Asthma	சுவாச காசம்	suvasa kaasam
Baldness	வழுக்கை	vazhukkai
Belching	ஏப்பம்	yeppam
Bile	பித்தநீர்	pithaneer
Bleeding	இரத்தக் கசிவு	raththa kasivu
Blister	கொப்புளங்கள்	koppulangal
Blood	இரத்தம்	raththam
Blood flow	இரத்த ஓட்டம்	raththa ottam
Blood group	இரத்தப் பிரிவு	raththa pirivu
Blood pressure	இரத்த அழுத்தம்	raththa azhutham
Breath	சுவாசம்	suvasam
Bronchitis	மார்புச்சளி	marbu chali
Bruise	ஊமைக்காயம்	oomai kaayam
Burn	சூட்டுப்புண்	sootu pun
Cardiac arrest	இதயதுடிப்பு நிறுத்தம்	idhayathudi-ppunirutham

Cataract	கண் புரை	kan purai
Chickenpox	அம்மை நோய்	ammai noyi
Chilblain	பனிவெடிப்பு	panivedippu
Cholera	வாந்திபேதி	vaandhi beydhi
Clinic	மருத்துவமனை	maruthuvamanai
Colic	கடும் வயிற்று வலி	kadum vayitru vali
Concussion	மூளை கலங்குதல்	moolai kalangudhal
Condom	ஆணுறை	aanurai
Conjunctivitis	கண் நோய் வகை	kan noyi vagai
Constipation	மலச்சிக்கல்	malachikkal
Consumption	ஷயரோகம்	shaya rogam
Contagious	தொற்று	thotru
Cough	இருமல்	irumal
Cramp	தசைப்பிடிப்பு	thasai pidippu
Cure	குணம்	gunam
Cystitis	கட்டி	katti

Depressed	மனச்சோர்வு	manasorvu
Dermatologist	தோல் மருத்தவர்	thol maruthuvar
Diabetes	நீரிழிவு(சர்க்கரை) நோய்	neerizhivu (sarkarai) noyi
Diagnosis	நோய் அறிக்கை	noyi arikkai
Diarrhea	வயிற்றுப்போக்கு	vayitru pokku
Disease	நோய்	noyi
Dispensary	மருந்தகம்	marundhagam
Doctor	மருத்துவர்	maruthuvar
Dose	ஒரு வேளை மருந்து	oru velai marundhu
Drugstore	மருந்துக்கடை	marundhu kadai
Dumbness	ஊமைத்தனம்	oomaithanam
Dysentery	சீதபேதி	seedha baydhi
Eczema	மேகப்படை	megapadai
Epidermic	கொள்ளை நோய்	kollai noyi
Epilepsy	வலிப்பு நோய்	valippu noyi
Faint	மயக்கமடைதல்	mayakkam adaidhal
Fever	காய்ச்சல்	kaaichal

First aid	முதலுதவி	mudhal udhavi
Flu	சளி காய்ச்சல்	chali kaaichal
Food poisoning	உணவில் நஞ்சு கலத்தல்	unavil nanchu kalathtal
Fungal	காளானைச் சார்ந்த	kaalanai saarntha
Gall bladder	பித்தப்பை	piththappai
Giddiness	தலை சுற்றுவது போன்ற உணர்வு	thalai suttruvadhu pondra unarvu
Gland	சுரப்பி	surappi
Glasses	கண்ணாடி	kannadi
Gonorrhea	மேக வெட்டை நோய்	mega vettai noyi
Gynaecologist	மகளிர் நோய் மருத்துவர்	magalir noyi maruthuvar
Have cold	ஜலதோஷம்	jaladhosham
Headache	தலைவலி	thalaivali
Heart	இருதயம்	irudhayam
Heart attack	மாரடைப்பு	maaradaippu

Hernia	குடல்வாயு	kudal vaayu
Hiccup	விக்கல்	vikkal
Hospital	மருத்துவமனை	maruthuvamanai
Hunger	பசி	pasi
Indigestion	அஜீரணம்	ajeeranam
Infection	தொற்று நோய்	thotru noyi
Inflammation	வீக்கம்	veekkam
Injection	இஞ்செக்ஷன்	Injection
Injury	காயம்	kaayam
Insomnia	தூக்கமின்மை	thookkaminmai
Jaundice	மஞ்சள் காமாலை	manjal kaamaalai
Kidney stone	சிறுநீரக கல்	siruneeraga kal
Leprosy	வெண் குஷ்டம்	ven kushtam
Leukemia	இரத்தப்புற்று நோய்	raththa putrunoyi
Madness	பித்து பிடித்தவர்	piththu pidithavar
Measles	தட்டம்மை	thattammai
Menstruation	மாதவிடாய்	maadhavidaai
Migraine	ஒற்றை தலைவலி	ottrai thalaivali

Mumps	பொன்னுக்கு வீங்கி	ponnukku veengi
Nausea	வாய் குமட்டல்	vaai kumatal
Nosebleed	மூக்கில் இரத்தக்கசிவு	mookil raththa kasivu
Operate	அறுவை சிகிச்சை செய்	aruvai chikichai sei
Pain	வலி	vali
Pediatrician	குழந்தைகள் மருத்துவர்	kuzhanthaigal maruthuvar
Paralysis	பாரிச வாயு	paarisa vayu
Pharmacy	மருந்து கடை	marundu kadai
Piles	மூலம்	moolam
Plaster	கட்டு	kattu
Pneumonia	கபவாதம்	kaba vaadham
Pregnant	கர்ப்பம்	garbam
Prescription	மருந்தின் முறை	marundhin murai
Pulse	நாடித்துடிப்பு	naadi thudippu
Pus	சீழ்	seezh

Rheumatism	வாத ரோகம்	vaada rogam
Roundworm	உருண்டைப் புழு	urundai puzhu
Saliva	உமிழ்நீர்(எச்சில்)	umizh neer(yechil)
Shiver	நடுக்கம்	nadukkam
Shock	அதிர்ச்சி	adirchi
Short sight	கிட்ட பார்வை	kitta paarvai
Sick	வியாதியுள்ள	viyaadhiyulla
Side effect	பக்க விளைவு	pakka vilaivu
Sinusitis	சைனஸ்	sinus
Sleeping pill	தூக்க மாத்திரை	thooka mathirai
Sneeze	தும்மல்	thummal
Sore throat	தொண்டை புண்	thondai pun
Sprain	சுளுக்கு	sulukku
Sting	கொட்டு	kottu
Stomach ache	வயிற்று வலி	vayitru vali
Stool	மலம்	malam
Sunburn	வேர்க்குரு	wayrkuru
Sunstroke	கடும் வெயில் தாக்கு	kadum veil thakku

Surgery	அறுவை சிகிச்சை	aruvai chikichai
Sweat	வியர்வை	viyarvai
Swelling	வீக்கம்	veekkam
Tablet	மாத்திரை	maathirai
Thermometer	உஷ்ணமானி	ushnamaani
Treatment	சிகிச்சை முறை	chikichai murai
Tumor	கட்டி	katti
Typhus	நச்சு காய்ச்சல்	nachchu kaaichal
Urine	சிறுநீர்	siruneer
Vaccination	அம்மை குத்துதல்	ammai kuththudhal
Visiting hours	பார்வையாளர் நேரம்	paarvaiyalar neram
Vomiting	வாந்தி எடுத்தல்	vaandhi yeduthal
Ward	மருத்துவமனையின் பகுதி	maruthuvamaniyin pagudhi
Weak	வலுவற்ற	valuvattra
Wheelchair	சக்கர நாற்காலி	chakkara naarkaali
Wound	காயம்	kaayam

Where is the pharmacy/clinic?
மருந்தகம்/கிளினிக் எங்குள்ளது?
Marunthagam/clinic yengullathu?

Is there a chemist nearby?
ஏதேனும் மருந்துகடை அருகிலுள்ளதா?
Yethenum marunthukadi arugilullatha?

Where is the nearest hospital?
மிகவும் அருகாமையிலுள்ள மருத்தவமனை எங்குள்ளது?
migavum arugaamaiyillulla maruthuvamanai yengullathu?

Where is the casuality?
விபத்து சிகிச்சை கூடம் எங்குள்ளது?
vibathu sigichchai koodam yengulladu?

What are the visiting hours?
பார்வையாளர்கள் நேரம் எப்பொழுது?
Parvaiyalargal neram yeppozhudu?

Where is ward no 6?
வார்டு நெ 6 எங்குள்ளது?
Ward no 6 yengullathu ?

I need the medicine, please.
தயவு செய்து எனக்கு மருந்து வேண்டும்.
dayavu seidu yenakku marundu vendum

Please give me medicine to cure....
தயவு செய்து ...... குணமாக்கும் மருந்து கொடுங்கள்.
dayavu seidu........ gunamakkum marundu kodungal.

I have the prescription.
என்னிடம் மருந்து சீட்டு உள்ளது.
Yennidam marundu cheetu ulladhu.

How many times a day?
ஒரு நாளைக்கு எத்தனை முறை?
Oru nalaikku yeththanai murai?

Twice a day.
ஒரு நாளைக்கு இரு முறை.
Oru nalaikku iru murai.

Have you taken this before?
இதை முன்பே எடுத்து உள்ளீர்களா?
Idhai munbey yeduththu ulleergala?

It is made according to prescription.
இது மருந்து சீட்டின் படி தயாரிக்கப்பட்டுள்ளது.
Idhu marundu cheetin padi thayarikapattulladu.

Can you order this medicine for me?
நீங்கள் எனக்காக இந்த மருந்தை ஆர்டர் செய்ய முடியுமா?
Neengal yenakkaga indha marundhai order seyya mudiyuma?

When can I pick it up?
நான் எப்பொழுது வாங்கி கொள்ளலாம்?
Naan yeppozhudu vaangi kollalam?

It will be ready to pick up in 15 minutes.
இன்னும் 15 நிமிடங்களில் வாங்கி கொள்ளலாம்.
Innum 15 nimidangalil vaangi kollalam.

I feel sick.
நான் களைப்பாக உணர்கிறேன்
naan kalaippaga unargireyn.

I suffer from boils.
நான் கொப்புளங்களால் அவதி படுகிறேன்.
Naan koppulangalal avadi padukiren.

I suffer from rheumatism.
நான் வாத நோயால் அவதி படுகிறேன்
naan vadha noyal avadi padukireyn.

You can buy it over the counter.
நீங்கள் இதை கவுண்டரில் வாங்கி கொள்ளலாம்.
Neengal idhai countaril vaangi kollalam.

Please get the doctor.
தயவு செய்து மருத்துவரை அழையுங்கள்.
Dayavu saidu maruthuvarai azhaiyungal.

Quickly! Help! Medical care!
அவசரம்! உதவி! மருத்துவ கவனிப்பு!
avasaram! udavi! maruthuva gavanippu!

Can I see a female doctor?
நான் பெண் மருத்துவரை பார்க்கலமா?
Naan penn maruththuvarai parkalama?

I can't help coughing.
என்னால் இருமலை கட்டுப்படுத்த முடியவில்லை.
Yennal irumalai kattupadutha mudiyavillai.

Are you on medication?
நீங்கள் ஏதேனும் மருந்து சாப்பிடுகிறீர்களா?
neengal yethenum marundu saappidugireergala?

I am on regular medication for...
நான் ...... நோய்க்காக தொடர்ந்து மருந்து சாப்பிட்டு வருகிறேன்.
Naan ..... noyikkaga thodarndu marundu saapittu varugireyn.

It would helpful if you could come and see the patient.
நீங்கள் வந்து நோயாளியை பார்த்தால் மிகவும் உதவிகரமாகஇருக்கும்.
Neengal vandu noyaaliyai paarthaal migavum udavikaramaaga irukkum.

Which doctor is treating you?
உங்களுக்கு எந்த மருத்துவர் சிகிச்சை செய்கிறார்?
Ungalukku yentha maruthuvar sikichai seigirar?

I cannot tolerate the heat.
என்னால் உஷ்ணத்தை தாங்க முடியவில்லை.
Yennal ushnathai thanga mudiyavillai.

The doctor prescribed complete rest.
மருத்துவர் பூரண ஓய்வில் இருக்கச் சொன்னார்.
Maruthuvar poorana oiyvil irukka sonnaar.

I will prescribe you a preventive medicine.
நான் உங்களுக்கு தடுப்பு மருந்துகளை தருகிறேன்.
Naan ungalukku thaduppu marundugalai tharugireyn.

He hurt his hand.
அவன் கையில் அடி பட்டுக்கொண்டான்.
Avan kaiyil adi pattu kondaa

I have toothache.
எனக்கு பல் வலி.
Yenakku pal vali.

Where does it hurt you?
உனக்கு எங்கு வலிக்கிறது?
Unakku yengu valikkiradu?

My head aches.
என் தலை வலிக்கிறது.
Yen thalai valikkiradu.

I don't have an appetite.
எனக்கு பசியில்லை.
Yenakku pasiyillai.

My stomach aches.
என் வயிறு வலிக்கிறது.
Yen vairu valikkiradu.

Does it hurt much?
மிகவும் வலிக்கிறதா?
Migavum valikkirada?

How do you feel?
எப்படி உணர்கிறாய்?
Yeppadi unargirai?

I am constipated.
எனக்கு மலச்சிக்கல்.
Yenakku malachikkal.

I am dehydrated.
எனக்கு மிகவும் வறட்சியாய் இருக்கிறது.
Yenakku migavum vartchiyaai irukkiradu.

I fell down the stairs.
நான் படியிலிருந்து கீழே விழுந்துவிட்டேன்.
Naan padiyilirundu keezhye vizhunduviteyn.

That made me sick.
அது என்னை களைப்படைய செய்தது.
Adhu yennai kalaipadaiya seidadu.

Do you take drugs?
நீங்கள் போதை மருந்து சாப்பிடுவீர்களா?
Neengal bodhai marundu sappiduveergala?

Can I see someone who practices naturopathy?
நான் இயற்க்கை மருத்துவரை பார்க்கலாமா?
Naan iyarkkai maruthuvarai paarkalaama?

I am on the pill.
நான் மாத்திரை சாப்பிட்டு கொண்டிருக்கிறேன்.
Naan mathirai sappittu kondirukkireyn.

I have been injured.
எனக்கு காயம் பட்டிருக்கிறது.
yenakku kayam pattirukkiradu.

I have a history of....
எனக்கு ..... நோய் உள்ளது.
yenakku ....noyi ulladu.

You need to be admitted in hospital.
நீங்கள் மருத்துவமனையில் அவசியமாக சேர்க்கப்பட வேண்டும்.
neengal maruthuvamanaiyil avasiyamaga serkkappada vendum.

He needs a blood transfusion.
அவருக்கு இரத்த ஏற்றம் தேவைப்படுகிறது.
avarukku raththa yetram thevaipadugiradu.

What is your blood group?
உங்களுடைய இரத்தம் என்ன வகை?
Ungaludaiya raththam yenna vagai ?

Can you donate blood?
உங்களால் இரத்ததானம் செய்ய முடியுமா?
Ungalal raththadanam seiya mudiyuma?

Please use a new syringe.
தயவு செயது புதிய ஸிரின்ஜ் உபயோகிக்கவும்.
Dayavu seidu pudiya syringe ubayogikkavum

I think I am pregnant.
நான் கரப்பமாக இருக்கிறேன் என்று நினைக்கிறேன்.
Naan karbamaga irukkiren yendru ninaikkireyn

Are you using contraception?
நீங்கள் கருத்தடை உபயோகிக்கிறீர்களா?
Neengal karuthdai obeyogikkireergala?

CHAPTER-22

AROUND THE TOWN

நகரத்தைச் சுற்றி nagarathai suttri

English	Tamil	Pronunciation
Airport	விமான நிலயம்	vimaana nilayam
Amusement park	கேளிக்கை பூங்கா	kaylikkai poonga
A one day excursion	ஒரு நாள் சுற்றுலா	oru naal sutrula
Area	பிரதேசம்	pradesam
Barber shop	முடி திருத்தும் நிலையம்	mudi thiruthum nilayam
Bazaar	கடைத்தெரு	kadai theru
Beach	கடற்கரை	kadarkarai
Beauty Parlour	அழகு நிலயம்	azhagu nilayam
Bicycle	சைக்கிள்	cycle
Boarding house	உணவகம்	unavagam
Boating trip	படகு பயணம்	padagu payanam
Bookshop	புத்தக கடை	puthaga kadai

Border	எல்லை	yellai
Botanical garden	தாவரவியல் பூங்கா	thaavaraviyal poonga
Bridge	பாலம்	paalam
Building	கட்டிடம்	kattidam
Bus	பேருந்து	perundu
Butcher's shop	கசாப்பு கடை	kasaapu kadai
Camping ground	முகாம் திடல்	mugaam thidal
Candy store	மிட்டாய் கடை	mittaai kadai
Capital city	தலை நகரம்	thalai nagaram
Carpenter	தச்சன்	thachan
Cart	வண்டி	vandi
Castle	கோட்டை	kottai
Cave	குகை	gugai
Chemist shop	மருந்து கடை	marundu kadai
Church	தேவாலயம்	devaalayam
Club	சங்கம்	sangam
Cinema	திரைப்படம்	thiraipadam
City	நகரம்	nagaram

City center	நகரமையம்	nagaramaiyyam
Concert	கச்சேரி	katcheri
Consulate	தூதரகம்	thoodaragam
Corner shop	மூலைக்கடை	moolai kadai
Cornet	ஊது கொம்பு	oodhu kombu
Court (law)	நீதி மன்றம்	needhi mandram
Crowd	கூட்டம்	kootam
Dairy farm	பால் பண்ணை	paal pannai
Dead end	கடைசியில்	kadaisiyil
Department Store	பல் பொருள் அங்காடி	pal porul angaadi
District	மாவட்டம்	maavattam
Ditch (road)	சாலை ஓர பள்ளம்	saalai ora pallam
Dry-cleaner's shop	உலர் சலவையகம்	ular salavaiyagam
Electrician	மின்னியல் வல்லுநர்	minniyal vallunar
Embassy	தூதரகம்	thoodaragam

Excursion	சுற்றுலா	sutrula
Exhibition	கண்காட்சி	kankaatchi
Factory	தொழிற்ச்சாலை	thozhirchaalai
Farm	பண்ணை	pannai
Farmhouse	பண்ணை வீடு	pannai veedu
Fence	வேலி	veyli
Field	வயல்	vayal
Fire department	தீ அணைப்பு துறை	thee anaippu thurai
Fishing	மீன் பிடித்தல்	meen pidithal
Flea market	சாலை ஓர கடைகள்	saalai ora kadaigal
Flower shop	பூக்கடை	pookkadai
Flower show	மலர் கண்காட்சி	malar kankaatchi
Fort	கோட்டை	kottai
Fountain	நீர் ஊற்று	neer ootru
Fruit shop	பழக்கடை	pazha kadai
Furniture shop	மரச்சாமான்கள் கடை	mara saamaangal kadai

Gallery (art)	கலைக்கூடம்	kalai koodam
Garden	தோட்டம்	thottam
Gate	வாயிற்கதவு	vaayir kadavu
Granary	தானியகளஞ்சியம்	dhaania kalanjiyam
Grave	கல்லறை	kallarai
Greengrocer's	காய்கறி, பழம்	kaaikari, pazham
shop	அங்காடி	angaadi
Grocer's shop	மளிகைக்கடை	maligaikadai
Guest house	விருந்தினர் மாளிகை	virundhinar maaligai
Gutter	சாக்கடை	saakkadai
Harbour	துறைமுகம்	thuraimugam
Hardware shop	இரும்பு கடை	irumbu kadai
Highway	நெடுஞ்சாலை	nedunchalai
Hill	குன்று	kundru
Hospital	மருத்துவமனை	maruthuvamanai
Hotel	சாப்பாட்டு விடுதி	saapattu vidudhi
House	வீடு	veedu
Hut	குடிசை	kudisai

Inn	விடுதி	vidudhi
Jewellery shop	நகைக்கடை	nagai kadai
Lane	சந்து	sandu
Landscape	இயற்கை காட்சி	iyarkai kaatchi
Library	நூலகம்	noolagam
Liquor store	மதுபானக்கடை	madubana kadai
Market	சந்தை	sandai
Maternity home	மகப்பேறு மருத்துவமனை	magapperu maruthuvamanai
Ministry	அமைச்சரகம்	amaicharagam
Mosque	மசூதி	masoodi
Mountain	மலை	malai
Mountaineering	மலை ஏறுதல்	malai yerudal
Mountain range	மலை தொடர்ச்சி	malai thodarchi
Museum	அருங்காட்சியகம்	arungkatchiyagam
Music centre	இசை மையம்	isai maiyyam
Music festival	இசை விழா	isai vizha
National park	தேசிய பூங்கா	desiya poonga
Nightclub	இரவு விடுதி	iravu vidudhi

Optician	கண் மருத்துவர்	kan maruththuvar
Orphanage	அநாதை இல்லம்	anaadai illam
Park	பூங்கா	poonga
Pawnshop	அடகுக்கடை	adagu kadai
Plants	தாவரங்கள்	thaavarangal
Restaurant	உணவகம்	unavagam
River	நதி	nadhi
Road	சாலை	saalai
Rural Dispensary	கிராமத்து வைத்திய சாலை	giraamathu vaithiya saalai
School	பள்ளிக்கூடம்	pallikoodam
Scooter	இரு சக்கர வாகனம்	iru chakkara vaganam
Seafood restaurant	கடல் உணவகம்	kadal unavagam
Shop	கடை	kadai
Stadium	விளையாட்டு அரங்கம்	vilayattu arangam
Station	நிலையம்	nilayam

Stationer's shop	எழுது பொருள் கடை	yezhudu porul kadai
Street	தெரு	theru
Swimming pool	நீச்சல் குளம்	neechal kulam
Tailor's shop	தையல்காரர் கடை	thaiyyal kaarar kadai
Taxi	வாடகை கார்	vaadagai car
Telephone booth	தொலைபேசி சாவடி	tholaipesi saavadi
Temple	கோவில்	kovil
Three wheeler	மூன்று சக்கர வாகனம்	moondru chakkara vaaganam
Ticket	அனுமதிச் சீட்டு	anumadhi seetu
Tomb	கல்லறை	kallarai
Toy shop	பொம்மை கடை	bommai kadai
Traffic	போக்குவரத்து	pokuvarathu
Traffic jam	போக்குவரத்து நெரிசல்	pokuvarathu nerisal
Traffic lights	போக்குவரத்து விளக்கு	pokuvarathu vilakku

Traffic signs	போக்குவரத்து குறிகள்	pokuvarathu kurigal
Train	ரயில் வண்டி	rayil vandi
Travel agency	பயண முகவர்	payana mugavar
Tree	மரம்	maram
Truck	சரக்கு லாரி	sarakku lorry
University	பல்கலைகழகம்	palkalai kazhagam
Valley	பள்ளத்தாக்கு	pallathaakku
Village	கிராமம்	giramam
Wall	சுவர்	suvar
Watchmaker's shop	கடிகாரக்கடை	kadigaara kadai
Youth hostel	இளைஞர்கள் தங்கும விடுதி	ilainargal thangum vidudhi

Do I need to book?
முன்பதிவு செய்வது அவசியமா?
munpadhivu seivadu avasiyama?

I would like to confirm my ticket.
நான் என்னுடைய டிக்கெட்டை உ திபடுத்த விரும்புகிறேன்.
naan yennudaiya ticketai urudi padutha virumbugireyn.

It's full.
இது நிரம்பி விட்டது.
idhu nirambi vittadu.

I would like to change my ticket.
நான் என்னுடைய டிக்கெட்டை மாற்ற விரும்புகிறேன்.
naan yennudaiya ticketai maattra virumbugireyn.

I would like to cancel my ticket.
நான் என்னுடைய டிக்கெட்டை ரத்து செய்ய விரும்புகிறேன்.
naan yennudaiya ticketai raththu seia virumbugireyn.

Two tickets for ...... tomorrow, please.
தயவு செய்து நாளை .....க்கு இரண்டு டிக்கெட்.
dayavu seidu naalai.....kku irandu ticket.

Are children allowed?
குழந்தைகளுக்கு அனுமதி உண்டா?
kuzhandaigalukku anumadi unda?

Two child's ticket, please.
தயவு செய்து இரண்டு குழந்தைகள் டிக்கெட்.
dayavu seidu irandu kuzhandaigal ticket.

Is transport included?
போக்குவரத்து சேர்க்கப்பட்டுள்ளதா?
pokkuvarathtu serkkapattullatha?

Do I need to take food with me?
ஏதேனும் உணவு எடுத்து வரவேண்டுமா?
yetheynum unavu yeduthu varavenduma?

Is lunch included?
மதிய உணவு சேர்க்கப்பட்டுள்ளதா?
madhiya unavu serkkapattullatha?

Everything included.
எல்லாம் சேர்க்கப்பட்டுள்ளது.
yellam serkkapattullathu.

I would like a guide book in English.
எனக்கு ஆங்கிலத்தில் வழிக்காட்டி புத்தகம் வேண்டும்.
yenaku aangilathil vazhikatti puthagam vendum.

Do you have information on cultural sights?
உனக்கு கலாச்சார இடங்களைப் பற்றி தகவல் தெரியுமா?
unakku kalaachaara idangalai patri thagaval theriyuma?

I want to see local sights.
நான் உள்ளூரில் உள்ள இடங்களை பார்க்க விரும்புகிறேன்.
naan ulluril ulla idangalai paarkka virumbukireyn.

Can we hire a guide?
நாங்கள் வழிக்காட்டியை வாடகைக்கு அமர்த்தலாமா?
naangal vazhikattiyai vadagaikku amarthalama?

Where do we meet?
எங்கே சந்திக்கலாம்?
yengay sandhikkalam?

When do we meet?
எப்பொழுது சந்திக்கலாம்?
yeppozhudu sandhikkalam?

When do we start off?
நாம் எப்பொழுது புறப்படுவோம்?
naam yeppozhudu purappaduvom?

Will we be seeing the.... too?
நாம் ...... கூட பார்ப்போமா?
naam ..... kooda paarpoma?

How much?
எவ்வளவு?
yevvalavu?

The guide will pay.
வழிகாட்டி பணத்தை கொடுப்பார்.
vazhikatti panathai koduppar.

When do we get back?
நாம் எப்பொழுது திரும்புவோம்?
naam yeppozhudu thirumbuom?

Can you recommend somewhere cheap but nice?
விலை குறைவான மற்றும் சொகுசான இடத்தை சிபாரிசு செய்ய முடியுமா?
vilai kuraivana matrum sogusaana idathai sibaarisu seiya mudiyuma?

Can you recommend somewhere luxurious?
ஆடம்பரமான இடத்தை சிபாரிசு செய்ய முடியுமா?
adambaramaana idaththai sibaarisu seiya mudiyuma?

How long does the trip take?
இந்த பயணம் முடிவதற்கு எத்தனை நாட்களாகும்?
indha payanam mudivathrku yeththanai naatkalaagum?

When does.....open?
எப்பொழுது...... திறக்கும்?
yeppozhudu ..... thirakkum?

When does..... close?
எப்பொழுது...... மூடும்?
yeppozhudu ..... moodum?

Will we have some free time?
எங்களுக்கு சிறிது ஓய்வு நேரம் கிடைக்குமா?
yengalukku siridu oyvu neram kidaikkuma?

Will we be able to do some shopping?
எங்களால் ஷாப்பிங் செய்ய முடியுமா?
yengalal shopping seiya mudiyuma?

Can you recommend somewhere romantic?
உங்களால் ஏதேனும் ரொமான்டிக் இடத்தை சிபாரிசு செய்ய முடியுமா?
ungalal yedenum romantic idaththai sibarisu seiya mudiyuma?

What is the address?
முகவரி என்ன?
mugavari yenna?

How long will we stay in.....?
எவ்வளவு நாட்கள் நாம் இங்கு தங்குவோம்?
yevvalavu naatkal naam ingu thanguvom?

Is it long route?
இது நீண்ட வழியா?
idhu neenda vazhiya?

What's worth seeing in...?
இங்கு பார்க்க தகுந்த இடங்கள் என்ன?
ingu paarkka thagunda idangal yenna?

How much does the admission cost?
நுழைவு கட்டணம் எவ்வளவு?
nuzhaivu kattanam yevvalavu?

The guide has paid.
வழிகாட்டி பணம் கட்டி விட்டார்.
vazhikaatti panam katti vittaar.

Is there an English speaking guide?
ஆங்கிலம் பேசும் வழிகாட்டி இருக்கிறார்களா?
aangilam pesum vazhikaatti irukkirargala?

I would like to see the....
நான் .... பார்க்க விரும்புகிறேன்.
naan ...... paarkka virumbugiren.

Can we look at....today?
இன்று ..... பார்க்கலாமா?
indru....... paarkkalama?

When does the tour start?
சுற்றுப்பயணம் எப்பொழுது துவங்குகிறது?
sutruppayanam yeppozhudu thuvangugiradu?

The tour includes two days in Ooty.
இந்த சுற்றுப்பயணத்தில் ஊட்டியில் இரண்டு நாட்கள் சேர்க்கப்பட்டுள்ளது.
indha sutrupayanathil Ootyil irandu naatkal serkappattulladu.

Can we take pictures?
நாங்கள் புகைப்படம் எடுக்கலாமா?
naangal pugaipadam yedukkalama?

What is this building/monument?
இது என்ன கட்டிடம்/நினைவுச்சின்னம்?
idhu yenna kattidam/nenaivu chinnam?

Who made it?
இதை யார் செய்தது?
idhai yaar seidhadu?

What time does it open/close?
இது எப்பொழுது திறந்து/மூடி இருக்கும்?
idhu yeppozhudu thirandu/moodi irukkum?

What is the admission charge?
நுழைவு கட்டணம் எவ்வளவு?
nuzhaivu kattanam yevvalavu?

Is there a discount for groups?
கூட்டமாக வருபவர்களுக்கு தள்ளுபடி உணடா?
kootamaaga varubavargalukku thallubadi unnda?

Who is the artist?
யார் இந்த ஓவியன்?
yaar indha oviyan?

Is it a painting of his early period?
இந்த ஓவியம் இவருடைய ஆரம்ப காலத்தை சேர்ந்ததா?
indha oviyum ivarudaiya aaramba kaalathai serinthatha?

Which century does it belong to?
இது எந்த நூற்றாண்டை சேர்ந்தது?
idhu yenda nootrandai seyrindadhu?

It dates from the fifteenth century.
இது பதினைந்தாம் நூற்றாண்டை சேர்ந்தது.
idhu padhinainidhaam nootrandai seyrindadhu.

Could you take a photograph of me here?
என்னை இங்கு ஒரு போட்டோ எடுப்பீர்களா?
yennai ingu oru photo yeduppirgala?

Why is the museum closed?
அருங்காட்சியகம் ஏன் மூடியிருக்கிறது?
arungkaatchiyagam yen moodiyirukkiradu?

Is it a national heritage?
இது ஒரு தேசிய பாரம்பரியமா?
idhu oru desiya parambariyama?

Where can I find?
எனக்கு எங்கு கிடைக்கும்?
yenakku yengu kidaikkum?

Where are the toilets?
கழிப்பறை எங்குள்ளது?
kazhipparai yengulladu?

We are just touring around.
நாங்கள் சுற்றுப்பயணம் செய்து கொண்டிருக்கிறோம்.
naangal sutrupayanam seidu kondirukkirom.

I have lost my group.
நான் என்னுடைய குழுவிலிருந்து வழி தவறி விட்டேன்.
naan yennudaiya kuzhuvilirundu vazhi thavarivitteyn.

Where is the nearest beach?
மிகவும் அருகிலுள்ள கடற்கரை எங்குள்ளது?
migavum arugilulla kadarkarai yengulladu?

Is it safe to dive/swim here?
இங்கு குதிப்பது/நீச்சல் அடிப்பது பாதுகாப்பானதா?
ingu kudhippadu/neechal adippadu paadu kaappanada?

When is the next daytrip?
அடுத்த பகல் பிராயணம் எபபொழுது?
aduththa pagal pirayanam yeppozhudhu?

CHAPTER-23

DIRECTIONS

திசைகள் thisaigal

English	Tamil	Pronunciation
Behind	பின்னால்	pinnaal
East	கிழக்கு	kizhakku
Far away	தொலைவில்	tholaivil
Here	இங்கு	ingu
In front of	முன்னால்	munnaal
Left	இடது	idadhu
Near	அருகில்	arugil
Next to	அடுத்த	aduththa
North	வடக்கு	vadakku
North-East	வட- கிழக்கு	vada- kizhakku
Opposite	எதிர்	yedhir
Right	வலது	valadhu
South	தெற்கு	therku

South-East	தென்-கிழக்கு	then- kizhakku
South-West	தென்- மேற்கு	then-mayrku
Straight ahead	நேராக	neraaga
There	அங்கே	angay
Turn (n)	திரும்பு	thirumbu
Turn left (v)	இடது புறம் திரும்பு	idadu puram thirumbu
Turn right (v)	வலது புறம் திரும்பு	valadu puram thirumbu
West	மேற்கு	mayrku

Face this way.
இந்த பக்கம் பார்.
indha pakkam paar.

Turn at the corner.
மூலையில் திரும்பவும்.
moolaiyil thirumbavum.

Turn at the traffic lights.
டிராபிக் விளக்கு கிட்ட திரும்பவும்.
traffic vilakku kitta thirumbavum.

CHAPTER-24

ON THE TELEPHONE

தொலைபேசியில் (tholaipesiyil)

Hello (making a call/answering a call)
ஹலோ (போன் செய்யும் போது/பதில் சொல்லும் போது)
Hello (Phone seiyum podhu/ padhil sollum podhu)

Is Mr. --------- there?
திரு —— உள்ளாரா?
Thiru -------ullara?

Can I speak to -------?
நான் ——— யிடம் பேசலாமா?
Naan ------- idam paysalama?

Speaking!
பேசுகிறேன்.
paysugireyn.

Yes, I am Sasha, Tell me.
ஆம், நான் சாஷா, சொல்லுங்கள்.
aam, naan Sasha, sollungal.

Who is calling, please?
தயவு செய்து யார் அழைப்பது?
dayavu seidu yaar azhaippadu?

Who do you want to speak to?
உங்களுக்கு யாரிடம் பேச வேண்டும்?
ungalukku yaaridam paysa wayndum?

Where are you calling from?
நீங்கள் எங்கிருந்து அழைக்கிறீரகள்?
neengal yengirundu azhaikireergal?

I am calling from Chennai.
நான் சென்னையிலிருந்து அழைக்கிறேன்.
naan Chennayilirundu azhaikireyn.

You have the wrong number.
உங்களிடம் தவறான எண் உள்ளது.
ungalidam thavaraana yen ulladu.

What is your phone number?
உங்களுடைய தொலைபேசி எண் என்ன?
ungaludaiya tholaipesi yen yenna?

Could you put me through to Mr. ....
திரு. ..... அவர்களுக்கு இணைப்பு கொடுக்க முடியுமா?
Thiru ...... avargaluku inaippu kodukka mudiyuma?

Whose call is it?
இது யாருடைய அழைப்பு?
Idhu yarudaiya azhaippu?

What number do you want?
உங்களுக்கு எந்த எண் வேண்டும்?
ungalukku yentha yen vendum?

Can I take a message for him?
நான் அவருக்காக செய்தி எடுத்து கொள்ளலாமா?
naan avarukkaga seidi yeduthu kollalama?

Please tell him I had called.
தயவு செய்து நான் அழைத்தேன் என்று சொல்லுங்கள்.
dayavu seidu naan azhaitheyn yendru sollungal.

Could you give me the number of....?
உங்களால் ------ ன் தொலைபேசி எண் கொடுக்க முடியுமா?
ungalaal ----- in tholaipaysi yen kodukka mudiyuma?

What is the code for India?
இந்தியாவிற்கான கோடு என்ன?
Indiavirkaana codu yenna?

Would you repeat the number please?
தயவு செய்து உங்களால் தொலைபேசி எண்ணை மீண்டும் ஒரு முறை சொல்ல முடியுமா?
dayavu seidu ungalal tholaipaysi yennai meendum oru murai solla mudiyuma?

Would you like to leave a message for him?
நீங்கள் அவருக்கு ஏதேனும் செய்தி சொல்ல விரும்புகிறீர்களா?
neengal avarukku yethenum seidi solla virumbukireergala?

Can I dial direct to Delhi?
நான் நேரடியாக டெல்லிக்கு டயல் செய்யலாமா?
naan neradiyaga Delhiku dial seiyalama?

You can dial the number direct.
நீங்கள் நேரடியாக எண்ணை டயல் செய்யலாம்.
neengal neradiyaga yennai dial seiyalam.

I want to make an International call.
நான் சர்வதேச எண்ணை அழைக்க விரும்புகிறேன்.
naan sarvadesa yennai azhaikka virumbukiren.

Would you give me an alarm call for 6.30 tomorrow morning please?
காலை 6.30 மணிக்கு அலாரம் அழைப்பு கொடுக்க முடியுமா?
kaalai 6.30 manikku alaram azhaippu kodukka mudiyuma?

There is no reply from....
------ இருந்து பதில் இல்லை.
-----irundu padil illai.

Please hold the line.
தயவு செய்து லைனில் இருக்கவும்.
dayavu seidu lineyil irukkavum.

The line is busy. I can't get through.
லைன் பிஸியாக இருப்பதால் எனக்கு கிடைக்கவில்லை.
line busiyaga iruppadaal yenaku kidaikkavillai.

We have got a bad connection.
எங்களுடைய தொடர்பு சரியாக இல்லை.
yengaludaiya thodarbu sariyaga illai.

Please replace the receiver.
தயவு செய்து ரிசீவரை மாற்றி கொடுக்கவும்.
dayavu seidu receiverai maattri kodukkavum.

The phone is out of order.
தொலைபேசி வேலை செய்யவில்லை.
tholaipaysi velai seiyavillai.

Where is the nearest public phone?
பொது தொலைபேசி அருகில் எங்குள்ளது?
podhu tholaipaysi arugil yengulladu?

How much does a one minute call cost?
ஒரு நிமிடத்திற்கான அழைப்பு எவ்வளவு ருபாய்?
oru nimidathirkana azhaippu yevalavu roobai?

I need an adaptor plug.
எனக்கு ஒரு அடாப்டர் பிளக் தேவை.
yenakku oru adaptor plug theyvai.

I have lost the charger for my phone.
நான் என்னுடைய கைபேசியின் சார்ஜரை தொலைத்துவிட்டேன்.
naan yennudaiya kaipaysiyin chargerai tholaiththuvitten.

I want a mobile/cell phone for hire for a week.
எனக்கு ஒரு வாரத்திற்காக ஒரு மொபைல்/செல் போன் வாடகைக்கு வேண்டும்.
yenakku oru vaarathirkaaga oru mobile/cell phone vaadagaikku vendum.

Do you have prepaid phone?
உங்களிடம் ப்ரீபெய்டு போன் உள்ளதா?
ungalidam prepaid phone ulladha?

CHAPTER-25

CUSTOMS

சுங்கம் **sungam**

Can I see your passport?
நான் உங்களுடைய பாஸ்போர்ட்டை பார்க்கலாமா?
naan ungaludaiya passportai paarkkalama?

Do you have anything to declare?
உங்களிடம் விவரம் கூறுவதற்கு ஏதேனும் உள்ளதா?
ungalidam vivaram kooruvatharkku yetheynum ullada?

I have articles of my personal use.
என்னிடம் சொந்த உபயோகத்திற்கான பொருட்கள் உள்ளன.
yennidam sonda ubayokathirkaana porutkal ullana.

That isn't mine.
அது என்னுடையது அல்ல.
adhu yennudaiyadu alla.

Please open.
தயவு செய்து திறவுங்கள்.
dayavu seidu thiravuyingal.

I have cigarettes.
என்னிடம் சிகரெட்டுகள் உள்ளன.
yennidam cigarettetugal u!lana.

That's my suitcase.
அது என்னுடைய பெட்டி.
adhu yennudaiya petti.

Do I have to pay duty on....?
நான் ஏதேனும் சுங்க தீர்வை கட்ட வேண்டுமா?
naan yethenum sunga theervai katta venduma?

It's a bottle of perfume.
இது வாசனைத்திரவிய புட்டி.
idhu vaasanaithiraviya putti.

It belongs to me.
இது என்னுடையது.
idhu yennudaiyadu.

CHAPTER-26

AT THE RESTAURANT

உணவகத்தில் (unavagathil)

Which local dish do you recommend?
நீங்கள் உள்ளூர் உணவில் எதை சிபாரிசு செய்வீர்கள்?
Neengal ullur unavil yedhai sibaarisu seiveergal?

Is there a good Chinese restaurant here?
இங்கு நல்ல சைனீஸ் உணவகம் உள்ளதா?
ingu nalla Chinese unavagam ulladha?

Which restaurant is the cheapest here?
இங்கு மலிவான உணவகம் எது?
ingu malivaana unavagam yedu?

Is there a vegetarian restaurant here?
இங்கு சைவ உணவகம் உள்ளதா?
ingu saiva unavagam ulladha?

I would like to reserve a table for three.
நான் மூன்று பேருக்கான ஒரு மேஜை முன்பதிவு செய்ய விரும்புகிறேன்.

naan moondru perukkaana oru mayjai munpadhivu seiya virumbugiren.

Are you still serving food?
நீங்கள் இன்னும் உணவு பரிமாறுகிறீர்களா?
neengal innum unavu parimaarugireergala?

Where would you like to sit?
நீங்கள் எங்கே அமர விரும்புகிறீர்கள்?
neengal yengay amara virumbugireergal?

Is it self-service?
இது சுய சேவையா?
idhu suya sevaiya?

Have you ordered?
நீங்கள் ஆர்டர் செய்து விட்டீர்களா?
Neengal order seidu viteergala?

Would you like to drink while you wait?
காத்திருக்கும் சமயத்தில் ஏதேனும் குடிக்க விரும்புகிறீர்களா?
kaathirukkum samayathil yedenum kudikka virumbugireergala?

What is the menu?
உணவு பட்டியலில் என்ன இருக்கிறது?
unavu pattiyalil yenna irukkiradu.

I would like to taste local speciality.
நான் உள்ளூரின் சிறந்த உணவை ருசிக்க விரும்புகிறேன்.
Naan ullurin siranda unavai rusikka virumbugiren.

Do you have a menu in English?
உங்களிடம் ஆங்கிலத்தில் உணவு பட்டியல் உள்ளதா?
ungalidam aangilathil unavu pattiyal ullada?

Do you have children's meals?
உங்களிடம குழந்தைகளுக்கான உணவு உள்ளதா?
ungalidam kuzhanthaigalukkana unavu ullada?

Is there a high-chair?
உயர நாற்காலி உள்ளதா?
uyara naarkaali ullada?

Is there a family discount?
குடும்பத்திற்கான தள்ளுபடி உண்டா?
kudumbathirkana thallupadi unda?

I would like to see a drink-list.
நான் குடிபான லிஸ்டை பார்க்க விரும்புகிறேன்.
Naan kudibaana listai parka virumbukiren.

We only want drinks.
எங்களுக்கு குடிப்பதற்கு மட்டும் வேண்டும்.
yengallukku kudippatharku mattum vendum.

Please bring a glass.
தயவு செய்து கிளாஸ் எடுத்து வரவும்.
dayavu seidu glass yeduthu varavum.

Please bring a serviette/a glass.
தயவு செய்து மேசை கைக்குட்டை/கிளாஸ் எடுத்து வரவும்.
dayavu seidu maysai kai kuttai/glass yeduthu varavum.

How long is the wait?
எவ்வளவு நேரம் காத்திருக்க வேண்டும்?
yevvalavu neram kaathirukka vendum?

What shall we start off?
நாம் எதிலிருந்து துவங்கலாம்?
Naam yedilirundu thuvangalam?

Is this seat taken?
இந்த இருக்கையை யாரேனும் ஒதுக்கியுள்ளார்களா?
indha irukkaiyai yarenum othikki ullargala?

Would like to drink, sir?
நீங்கள் குடிக்க விரும்புகிறீரகளா, சார்?
Neengal kudikka virumbugireergala, sir?

Some water, please.
தயவு செய்து சிறிது தண்ணீர்.
dayavu seidu siridu thaneer.

Yes, I would like to have .....
ஆமாம், நான் ..... சாப்பிட விரும்புகிறேன்.
aamaam. Naan ...... saappida virmbugiren.

I am on a ..... diet.
நான் .... டயட்டில் இருக்கிறேன்.
Naan .... dietil irukkiren.

I don't eat any meat.
நான் மாமிசம் சாப்பிடுவதில்லை.
naan maamisam saapiduvathillai

Could I have some of that cheese?
எனக்கு கொஞ்சம் பாலாடைக்கட்டி கிடைக்குமா?
yenakku konjam paalaadaikatti kidaikkuma?

I really couldn't.
என்னால் நிஜமாக முடியவில்லை.
yennaal nijamaaga mudiyavillai.

It is fresh from the oven.
அடுப்பிலிருந்து புதிதாக எடுக்கப்பட்டது.
aduppilirundu pudidhaaga yedukkapattadu.

Is it cooked with butter?
இது வெண்ணெயுடன் சமைக்கப்பட்டதா?
idhu vennaiyudan samaikkappattada?

Is it cooked in butter?
இது வெண்ணெயில் சமைக்கப்பட்டதா?
ithu vennaiyil samaikkappattada?

I will check with the cook.
நான் சமையற்காரரிடம் கேட்டு சொல்கிறேன்.
naan samayarkaararidam kettu solgiren.

What would you recommend?
நீங்கள் என்ன சிபாரிசு செய்வீர்கள்?
neengal yenna sibaarisu seiveergal?

Could you prepare a meal without egg/meat/fish?
உங்களால் முட்டை/ மாமிசம்/ மீன் இல்லாமல் சாப்பாடு தயார் செய்ய முடியுமா?
ungalal muttai/maamisam/meen illamal saappaadu thayaar seiya mudiyumaa?

I don't want it deep fried.
அதை எண்ணெயில் பொரிக்க வேண்டாம்.
adhai yennaiyil porikka vendaam.

I would like it steamed.
ஆவியில் வேக வைத்ததை விரும்புகிறேன்.
aaviyil vega vaithadai virumbugiren.

I would like it with the dressing on the side.
நான் அதை பக்கங்களில் அலங்கரித்து விரும்புகிறேன்.
naan adhai pakkangalil alangarithu virumbugiren.

Does it take long to prepare?
தயாரிப்பதற்கு நீண்ட நேரம் ஆகுமா?
thayarippadarku neenda neram aaguma?

What is that dish?
அது என்ன உணவு?
adhu yenna unavu?

Is that free of animal product?
இது விலங்கு பொருட்களினால் செய்யப்பட்டது இல்லையே?
idhu vilangu porutkalinaal seiyappattadu illaiye?

A pot of coffee, for two.
இரண்டு பேருக்கான காபி.
irandu perukkaana coffee.

I like my meat well done.
நான் நன்றாக சமைக்கப்பட்ட எனனுடைய மாமிசத்தை விருமபுகிறேன்.
naan nandraaga samaikkapatta yennudaiya maamisathai virumbugiren.

Help yourself.
நீங்களே உதவி கொள்ளுங்கள்.
neengale udhavi kollungal.

They treated to him to a dinner.
அவர்கள் அவனுக்கு இரவு விருந்துணவு கொடுத்தார்கள்.
avargal avanukku iravu virundunavu koduthaargal.

It's my treat.
இது என்னுடைய விருந்து.
idhu yennudaiya virundu.

Have you tried these?
நீங்கள் இதை முயற்சி செய்துள்ளீர்களா?
neengal idhai muyarchi seithulleergala ?

I love this dish.
எனக்கு இந்த உணவு பிடிக்கும்.
yenakku indha unavu pidikkum.

This is burnt/too cold.
இது எரிந்து போய்/சில்லென்று இருக்கிறது.
idhu erintu poi/ chill yendru irukkiradu.

This is superb.
இது சிறப்பாக உள்ளது.
idhu sirappaaga ulladu.

My bill, please.
தயவு செய்து என்னுடைய பில்.
dayavu seidu yennudaiya bill.

Could we have separate bill?
தனி தனியான பில் கிடைக்குமா?
thani thaniyana bill kidaikkuma?

May I have a dance with you?
நான் உங்களுடன் நடனமாடலாமா?
Naan ungaludan nadana-maadalama?

Sorry, I can't dance.
மன்னிக்கவும். என்னால் நடனமாட முடியாது.
Mannikkavum, yennal nadanamaada mudiyaadu.

Will you have some more?
நீங்கள் இன்னும் கொஞ்சம் எடுத்து கொள்வீர்களா?
Neengal innum konjam yeduththu kolveergala?

Ice cream with a banana flavour.
வாழைப்பழ சுவையுடன் ஐஸ்கீரீம்.
vaazhai pazha suvaiyudan ice cream.

Should I add milk to your coffee?
நான் உங்களுடைய காபியில் பால் சேர்க்கலாமா?
Naan ungaludaiya coffeeyil paal serkalama?

I want to have a cigarette. May I?
நான் புகை பிடிக்கலாமா?
Naan pugai pidikkalama?

You may/may not smoke.
நீங்கள் புகை பிடிக்கலாம்/பிடிக்க கூடாது.
Neengal pugai pidikkalam/pidikka koodadu.

Is service included in the bill?
சர்வீஸ் பில்லில் சேர்க்கப்பட்டுள்ளதா?
Service billil serkkapattullada?

10% service is included.
10% சர்வீஸ் சேர்க்கப்பட்டுள்ளது.
10% service serkkapattulladu.

You have billed me for ....rupees instead of......
நீங்கள்.......ரூபாய்க்கு பதிலாக .... க்கு பில் செய்து விட்டீர்கள்.
Neengal ...... rupaaikku badhilaga ......kku bill seidu viteergal.

We love the local cuisine.
எங்களுக்கு உள்ளூர் உணவு பிடிக்கும்.
yengalukku ullur unavu pidikkum.

That was delicious.
அது சுவையுள்ளதாக இருந்தது.
adhu suvaiulladhaaga irundhadu.

CHAPTER-27

AT THE BAR

பாரில் (baril)

Cheers.
சியர்ஸ்
chiyars

Do you like soda with it?
இதனுடன் சோடா வேண்டுமா?
idhanudan soda venduma?

Do you serve meals here?
இங்கு உணவு கிடைக்குமா?
ingu unavu kidaikuma?

Excuse me!
மன்னிக்கவும்.
mannikkavum.

Here's to you.
இது உங்களுக்காக.
idhu ungalukkaaga.

How much is that?
அது எவ்வளவு?
adhu yevvalavu?

I am feeling drunk.
நான் குடித்தது போல் உணர்கிறேன்.
Naan kudithathu pol unargiren.

I am next.
நான் அடுத்தது.
naan adhuthathu.

I prefer gin with soda.
நான் சோடாவுடன் ஜின்னை விரும்புகிறேன்.
naan sodavudan ginnai virumbugiren.

I think I have had too many.
நான் நிறைய குடித்து விட்டேன் என்று நினைக்கிறேன்.
Naan niraiya kudiththu vitten yendru ninaikkiren.

It's my round.
இது என்னுடைய முறை.
idhu yennudaiya murai.

I will buy you a drink.
நான் உங்களுக்காக மதுபானம் வாங்குகிறேன்.
naan ungalukkaga madhubaanam vaangugiren.

Let me treat you to a drink.
நான் உங்களுக்கு மதுபானம் விருந்தளிக்கிறேன்.
naan ungalukku madhubaanam virundhalikkiren.

No ice. Thanks.
ஐஸ் வேண்டாம். நன்றி.
ice vayndaam. nandri.

Same again, please.
தயவு செய்து மறுபடியும் அதே.
dayavu seidu marupadiyum adey.

Thanks. But I don't feel like it.
நன்றி.ஆனால் எனக்கு வேண்டாம்.
nandri. Aanaal yenakku vendaam.

The wine is extra.
வைன் அதிகமாகி விட்டது.
wine adhigamaagi vittadu.

Will you have a drink?
நீங்கள் மதுபானம் அருந்துவீர்களா?
neengal madhubaanam arundhuveergala?

Whisky with a splash of water, please.
தயவு செய்து சிறிது தண்ணீருடன் விஸ்கி.
dayavu seidu siridu thaneerudan whisky.

You can get the next one.
நீங்கள் அடுத்ததை பெற்று கொள்ளலாம்.
neengal aduthadhai pettru kollalam.

CHAPTER-28

AT THE HOTEL

ஹோட்டலில் (hotelil)

Do you have any accommodation available?
உங்களிடம் தங்குமிடம் உள்ளதா?
ungalidam thangumidam ullada?

I would like to book a room, please.
தயவு செய்து நான் ஒரு அறை முன்பதிவு செய்ய விரும்புகிறேன்.
dayavu seidu naan oru arai munpadhivu seiya virumbugiren.

How much is it per night/week for a person?
ஒரு நபருக்கு ஒரு இரவு/வாரத்திற்கு எவ்வளவு?
oru nabarukku oru iravu/vaarathirku yevvalavu?

I already tried 2 hotels but they had no rooms.
நான் ஏற்கனவே 2 ஹோட்டலில் முயற்சி செய்தேன் ஆனால் அவர்களிடம் அறை ஏதும் இல்லை.

naan yerkanavey 2 hotelil muyarchi seithen aanaal avargalidam arai yedhum illai.

I have a reservation.
என்னிடம் முன்பதிவு உள்ளது.
yennidam munpadhivu ulladu.

Sorry, we are full up for/ till....
மன்னிக்கவும். நாங்கள் ....வரைக்கும் காலியில்லை.
mannikkavum. Naangal...... varaikkum kaaliyillai.

The hotel is booked up.
ஹோட்டல் புக் ஆகி விட்டது.
Hotel book aagi vittadu.

Please book us in for Sunday.
தயவு செய்து ஞாயிற்றுக்கிழமைக்காக முன்பதிவு செய்யவும்.
dayavu seidu nyaaitru kizhamaikaaga munpadhivu seiyavum.

For two nights.
இரண்டு இரவுகளுக்கு
irandu iravugalukku.

Single room or double room?
ஒருவருக்கான அல்லது இரட்டை அறை?
oruvarukkana alladu irattai arai?

A.C or non A.C?
குளிர்சாதன அல்லது குளிர்சாதனம் இல்லாமல்?
kulirsaadana alladu kulirsaadhanam illamal?

I would prefer a single/double A.C/non A.C room.
எனக்கு ஒருவருக்கான /இரட்டை/ குளிர்சாதன/
குளிர்சாதனம் இல்லாமல் அறை வேண்டும்.
yenakku oruvarukkana / irattai/ kulirsaadana/
kulirsaadhanam illamal arai vendum.

For how many nights?
எத்தனை இரவுகளுக்கு?
yeththanai iravugalukku?

Yes. Please check in here.
ஆமாம். தயவு செய்து இங்கு செக் இன் செய்யவும்.
aamaam. dayavu seidu ingu check in seiyavum.

I would prefer the top/ground/first floor, please.
தயவு செய்து எனக்கு மேல்/கீழே/முதல் மாடி வேண்டும்.
dayavu seidu yenakku mayl/keezhay/mudhal maadi vendum.

What is the check-out time?
செக் அவுட் நேரம் எப்பொழுது?
Check-out neram yeppozhudu?

How much extra to stay until 9 o'clock?
9 மணி வரை தங்குவதற்கு அதிகப்படியாக எவ்வளவு தர வேண்டும்?
9 mani varai thanguvatharku adhigapadiyaga yevvalavu thara vendum?

Can I checkout late?
நான் தாமதமாக செக் அவுட் செய்யலாமா?
naan thaamathamaaga check out seiyalaamaa?

Can I see it?
நான் அதை பார்க்கலாமா?
naan adhai paarkalaama?

It's fine. I'll take it.
நன்றாக உள்ளது. நான் எடுத்து கொள்கிறேன்.
nandraaga ulladu. naan eduthu kolgiren.

Can I pay by credit card/traveller's cheque?
நான் கிரெடிட் கார்டு/டிராவலர்ஸ் செக் மூலமாக பணம் செலுத்தலாமா?
naan credit card/traveller's cheque moolamaaga panam seluthalaama?

Which is the room assigned to me?
எனக்கு எந்த அறை ஒதுக்கப்பட்டுள்ளது?
yenakku yendha arai odhukkappattulladu?

Is there a safe in this hotel?
ஹோட்டலில் பாதுகாப்பு பெட்டகம் உள்ளதா?
hotelil paadukaappu pettagam ullada?

It's a service that has to be paid for.
அந்த சேவைக்காக பணம் செலுத்த வேண்டும்.
andha sevaikkaaga panam selutha vendum.

You have to add ...... rupees on for service.
நீங்கள் சர்வீஸுக்காக .... ரூபாய் கூடுதலாக செலுத்த வேண்டும்.
Neengal servicekaaga .... rubaai kooduthalaaga selutha vendum.

With the compliments of the management.
நிர்வாகத்தினரின் பரிசு.
nirvaagathinarin parisu.

Is there a room reserved for wife and self?
எனக்கும் மனைவிக்கும் அறை முன்பதிவு செய்யப்பட்டுள்ளதா?
yenakkum, manaivikkum arai munpadhivu seiya pattullada?

Sorry, but the service is poor in this hotel.
மன்னிக்கவும் இந்த ஹோட்டலில் சர்வீஸ் தரமானதாக இல்லை.
mannikkavum. indha hotelil service tharamaanathaga illai.

Is service included in the bill?
பில்லில் சர்வீஸ் சேர்க்கப்பட்டுள்ளதா?
billil service serkkappattullada?

Yes. 10% service is included.
ஆமாம்.10% சர்வீஸ் சேர்க்கப்பட்டுள்ளது.
aamaam. 10% service serkkappattulladu.

Can I leave my bags here?
நான் என்னுடைய பைகளை இங்கு விடலாமா?
naan yennudaiya paigalai ingu vidalaama?

Is there a swimming pool here?
இங்கு நீச்சல் குளம் உள்ளதா?
ingu neechal kulam ullada?

Who is it?
யார் அது?
yaar adhu?

Room service, please.
தயவு செய்து ரூம் சர்வீஸ்.
dayavu seidu room service.

Just a moment.
ஒரு நிமிடம்.
oru nimidam.

Come in.
உள்ளே வரவும்.
ullay varavum.

I am at you service.
நான் உங்களுக்கு சேவை செய்ய இருக்கிறேன்.
naan ungalukku sevai seiya irukkiren.

Could you come back later, please?
தயவு செய்து சிறிது நேரம் கழித்து வரவும்.
dayavu seidu siridu neram kazhithu varavum.

Did you call sir/madam?
நீங்கள் அழைத்தீரகளா சார்/மேடம்?
neengal azhaitheergala sir/madam?

Please wake me at seven.
தயவு செய்து என்னை ஏழு மணிக்கு எழுப்பவும்.
dayavu seidu yennai yezhu manikku yezhuppavum.

Is there any message for me?
எனக்கு ஏதேனும் செய்தி உண்டா?
yenakku yedhenum seidhi undaa?

Is there any post/parcel for me?
எனக்கு ஏதேனும் தபால் / பார்சல் உண்டா ?
yenakku yedhenum thabaal/parcel undaa?

There is a letter/parcel for you.
உங்களுக்கு ஒரு கடிதம/ பார்சல் உள்ளது.
ungalukku oru kaditham/parcel ul!adu.

From where did it come?
எங்கிருந்து வந்தது?
yengirundu vandhadu?

It came with the post.
தபாலில் வந்தது.
thabaalil vandhadu.

When did it come?
எப்பொழுது வந்தது?
yeppozhudu vandhadu?

It came this morning.
இன்று காலை வந்தது.
indru kaalai vandhadu.

There is a letter/parcel addressed to Mr. ......
ஒரு கடிதம/ பார்சல் திரு. ..... பெயருக்கு
oru kaditham/parcel Thiru. .... peyarukku.

When/ Where is breakfast served?
எப்பொழுது/எங்கு காலை உணவு பரிமாறப்படும்?
yeppozhudu/yengu kaalai unavu parimaarappadum?

Can I use laundry?
நான் உங்களுடைய சலவையகத்தை உபயோகிக்கலாமா?
naan ungaludaiya salavaiyagathai ubayogikkalaamaa?

Do you also arrange tours?
நீங்கள் சுற்றுலாவும் ஏற்பாடு செய்வீரகளா?
neengal sutrulaavum yerpaadu seiveergala?

Can you call a taxi for me?
எனக்காக வாடகை கார் கூப்பிட முடியுமா?
yenakkaga vaadagai car kooppida mudiyuma?

Can I use your telephone?
நான் உங்களுடைய தொலைபேசியை உபயோகிக்கலாமா?
Naan ungaludaiya tholaipesiyai ubayogikkalama?

I am leaving now.
நான் இப்பொழுது கிளம்புகிறேன்.
naan ippozhudu kilambugiren.

Could I have my deposit, please?
தயவு செய்து நான் என்னுடைய முன் பணத்தை பெறலாமா?
dayavu seidu naan yennudaiya mun panathai peralaamaa?

Did you have a pleasant stay?
இங்கு தங்கியது மகிழ்ச்சியாக இருந்ததா?
ingu thangiyadu magilchiyaaga irundadha?

Yes.
ஆமாம்.
aamaam.

No.
இல்லை.
Illai.

CHAPTER-29

COMPLAINTS

புகார் (poogaar)

The shower doesn't work.
ஷவர் வேலை செய்யவில்லை.
shower velai seiyavillai.

Light doesn't work.
விளக்கு வேலை செய்யவில்லை.
vilakku velai seiyavillai.

We will check it too.
நாங்கள் அதையும் சரிபார்க்கிறோம்.
naangal athaiyum saripaarkkirom.

The door of my room no.202 doesn't close properly.
அறை எண் 202ன் கதவு சரியாக மூட முடியவில்லை
ariai yen 202in kadavu sariyaaga mooda mudiyavillai.

Please have it prepared.
தயவு செய்து தயாராக வைக்கவும்.
dayavu seidu thayaaraga vaikkavum.

The window doesn't open/close.
ஜன்னலை திறக்க /மூட முடியவில்லை.
jannalai thirakka/mooda mudiyavillai.

The lift is stuck at the seventh floor.
லிப்ட ஏழாவது மாடியில் மாட்டி கொண்டுள்ளது.
lift yezhavathu maadiyil maati kondullathu.

I am locked out of my room.
என்னிடம் அறையின் சாவி இல்லை.
yennidam araiyin saavi illai.

The air-conditioner/fan doesn't work.
குளிர் சாதன பெட்டி/மின் விசிறி வேலை செய்யவில்லை.
kulir sadhana petti/min visiri velai seiyavillai.

The toilet is not clean.
கழிப்பறை சுத்தமாக இல்லை.
kazhipparai suththamaga illai.

There is a cockroach in the bathroom.
குளியலறையில் கரப்பான் பூச்சி இருக்கிறது.
kuliyal araiyil karappaan poochi irukkiradu.

The bathroom is locked.
குளியலறை பூட்டியிருக்கிறது.
kuliyal arai pooti irukkiradu.

The room is too dark.
அறை மிகவும் இருட்டாக இருக்கிறது.
arai migavum iruttaga irukkiradu.

The sheets are not clean.
படுக்கை விரிப்பு சுத்தமாக இல்லை.
padukkai virippu suththamaga illai.

The room is too cold/small.
அறை மிகவும குளிர்ச்சியாக/சிறிதாக இருக்கிறது.
Arai migavum kulirchiyaga/sirithaga irukkiradu.

CHAPTER-30

ASKING THE WAY

வழி கேட்டல் (vazhi kettal)

Am I right for the airport?
விமான நிலையத்திற்கு நான் செல்லும் வழி சரியா?
vimaana nilayathirku naan sellum vazhi sariya?

Are we on the right way?
நாம் சரியான வழியில் செல்கிறோமா?
naam sariyaana vazhiyil selgiromaa?

Can I give you a lift for the airport?
விமான நிலையம் வரை நான் உங்களுக்கு லிப்ட் தரலாமா?
vimaana nilayam varai naan ungalukku lift tharalaama?

Can you direct me to the market?
நீங்கள் எனக்கு மார்க்கெட் செல்வதற்கு வழி சொல்வீரகளா?
neengal yenakku market selvatharku vazhi solveergala?

How can we go to the shortest way to the monument?
நினைவுச்சின்னத்திற்கு குறுக்கு வழியில் எப்படி போவது?
ninaivu chinnathirku kurukku vazhiyil yeppadi povadu?

How far is it to the airport?
அது விமான நிலையத்திலிருந்து எவ்வளவு தூரம்?
adhu vimaana nilayathilirundu yevvalavu thooram?

It's long drive.
இது ஒரு நீண்ட பயணம்.
idhu cru neenda payanam.

It's two blocks away.
இது இரண்டு கட்டிடம் தள்ளி உள்ளது.
idhu irandu katidam thalli ulladu.

Is this the right place?
இது சரியான இடமா?
idhu sariyaana idama?

Is this the road for.....?
இந்த சாலை ......க்கு செல்கிறதா?
indha saalai ......ikku selgirada?

Is it far?
அது ரொம்ப தூரமா?
adhu romba thooramaa?

It is on the other side of the street.
இது தெருவின் அந்த பக்கத்தில் உள்ளது.
idhu theruvin andha pakkathil ulladu.

It is in the direction of...
இது ..... திசையில் உள்ளது.
idhu ...... disaiyil ulladu.

It is 10 kilometers to the palace.
அரண்மனைக்கு 10 கி.மீ உள்ளது.
aranmanaikku 10 k.m ulladu.

This isn't the way to....
இது ......செல்வதற்கான வழி அல்ல.
idhu ...... selvatharkaana vazhi alla.

This road leads back to the hotel.
இந்த சாலை திரும்பவும் ஹோட்டலுக்கே செல்கிறது.
indha saalai thirumbavum hotelukkay selgiradu.

This road meets with the highway.
இந்த சாலை நெடுஞ்சாலையுடன் சேர்கிறது.
indha saalai nedunchaalaiyudan sergiradu.

This street leads to.....
இந்த தெரு ......செல்கிறது.
indha theru .... selgiradu.

Take the first on the right.
முதலில் வரும் வலது பக்கத்தை எடுக்கவும்.
mudhalil ulla valadu pakkaththai yedukkavum.

We take the road to....
நாம் ..... சாலையில் செல்வோம்.
naam ..... saalaiyil selvom.

We have long way to go.
நாம் நீண்ட தூரம் செல்ல வேண்டும்.
naam neenda thooram sella vendum.

Where are you bound for?
நீங்கள் எங்கு செல்கிறீர்கள்?
neengal yengu selgireergal?

Where do we go from here?
நாம் இங்கிருந்து எங்கு செல்வோம்?
naam ingirundu yengu selvom?

Where does this road lead?
இந்த ரோடு எங்கு செல்கிறது?
indha roadu yengu selgiradu?

Can you show me on the map?
எனக்கு நீங்கள் வரைபடத்தில் காட்டுவீர்களா?
yenakku neengal varaipadathil kaatuveergala?

Which is the way to the station, please?
தயவு செய்து ஸ்டேஷன் செல்லும் வழி எது?
dayavu seidu station sellum vazhi yedhu?

Which is the way to the airport?
விமான நிலையம் செல்லும் வழி எது?
vimaana nilayam sellum vazhi yedhu?

CHAPTER-31

TAXI

டாக்ஸி

Is this taxi free?
இந்த டாக்ஸி ஃப்ரீயா?
indha taxi freeya?

Please put the meter on.
தயவு செய்து மீட்டரை போடவும்.
dayavu seidu meterai podavum.

How much is it to....?
.... செல்லுவதற்கு எவ்வளவு?
.... selluvatharku yevvalavu?

Please take me to this address.
தயவு செய்து என்னை இந்த விலாசத்திற்கு அழைத்து செல்லவும்.
dayavu seidu yennai indha vilaasaththirku azhithu sellavum.

How much is the final fare?
முடிவான கட்டணம் எவ்வளவு?
mudivana kattanam yevvalavu?

Please slow down.
தயவு செய்து மெதுவாக செல்லவும்.
dayavu seidu medhuvaga sellavum.

Please wait here.
தயவு செய்து இங்கே காத்திருக்கவும
dayavu seidu ingay kaththirukkavum.

Stop at the corner.
மூலையில் நிறுத்தவும்.
moolaiyil niruthtavum.

CHAPTER-32

IN THE POLICE STATION

காவல் நிலையத்தில் (kaaval nilayathil)

I would like to report a theft.
நான் ஒரு திருட்டை பற்றி புகார் கொடுக்க விரும்புகிறேன்.
naan oru thiruttai patri pugaar kodukka virumbugiren.

I have lost my passport/purse.
நான் என்னுடைய பாஸ்போர்ட்/பர்ஸை தொலைத்து விட்டேன்.
naan yennudaiya passport/pursei tholaithuvitten.

I have been robbed.
நான் கொள்ளையடிக்கப்பட்டேன்.
naan kollaiyadikkapatten.

I am not guilty.
நான் குற்றவாளி அல்ல.
naan kuttravaali alla.

I want to contact my embassy/consulate.
நான் என்னுடைய தூதரகத்தை/பிரதிநிதியை தொடர்பு கொள்ள விரும்புகிறேன்.

naan yennudaiya thoodaragaththai/prathinidhiai thodarbu kolla virumbukiren.

I need a lawyer who speaks English.
எனக்கு ஆங்கிலம் பேசும் வழக்கறிஞர் வேண்டும்.
yenakku aangilam paysoom vazhakk-arinyar veyndum.

It's not my fault.
அது என்னுடைய தவறு அல்ல.
adhu yennudaiya thavaru alla.

I apologise.
என்னை மன்னித்து விடுங்கள்.
yennai mannithu vidungal.

Can I pay on-the-spot fine?
நான் அந்த இடத்திலேயே அபராதம் கட்டலாமா?
naan andha idathilaye abharaadam kattalama?

CHAPTER-33

IN THE BANK

வங்கியில் vangiyil

Where can I......?
நான் எங்கே.....?
naan yengay.....?

I would like to cash a cheque.
நான் காசோலையை பணமாக்க விரும்புகிறேன்.
naan kaasolaiyai panamakka virumbugiren.

I would like to change money.
நான் பணத்தை மாற்ற விரும்புகிறேன்.
naan panathai maatra virumbugiren.

What time does the bank open?
வங்கி எத்தனை மணிக்கு திறக்கும்?
vangi yethanai manikku thirakkum?

Can I arrange a transfer?
நான் வங்கி பணமாற்றத்திற்கு ஏற்பாடு செய்யலாமா?
naan vangi panamattrathirku yerpadu seiyalama?

I have forgotten my pin no.
நான் என்னுடைய பின் நம்பரை மறந்து விட்டேன்.
naan yennudaiya pin numberai marandu vitteyn.

What is the exchange rate?
நாணய மாற்று விகிதம் என்ன?
naanaya maatru vigitham yenna?

Can I see your passport, please?
தயவு செய்து நான் உங்களுடைய பாஸ்போர்டை பார்க்கலாமா.
dayavu seidu naan ungaludaiya passportai parkalama.

CHAPTER-34

SOCIALIZING

பிறருடன் பழகுவது (pirarudan pazhaguvathu)

Are you free tomorrow?
நாளை நீங்கள் ஃபிரீயா?
naalai neengal freeya?

What are you doing this evening?
இன்று மாலை என்ன செய்கிறீர்கள்?
indru maalai yenna seikireergal?

What are you doing now?
தற்பொழுது என்ன செய்கிறீர்கள்?
tharpozhudu yenna seikieergal?

Would you like to go for a meal/drink?
உங்களுக்கு உணவு/குடிக்க செல்லுவதற்கு விருப்பமா?
ungalukku unavu/kudikka selluvatharkku viruppama?

Can you come to dinner?
இரவு உணவிற்கு வர முடியுமா?
iravu unavirkku vara mudiyuma?

I will you pick you up.
நான் உங்களை பிக் அப் செய்து கொள்கிறேன்.
naan ungalai pick up seidu kolgireyn.

Are you ready?
நீங்கள் தயாரா?
neengal thayaara?

Yes, I am ready.
ஆம். நான் தயார்.
aam, naan thayaar.

Let me treat you to a drink.
உங்களுக்கு மதுபானம் உபசரிப்பதற்கு என்னை அனுமதியுங்கள்.
ungalukku madhubaanam ubasarippadarku yennai anumathiyungal.

Will you join me in a drink?
நீங்களும் என்னுடன் மதுபானம் அருந்துவீர்களா?
neengalum yennudan madhubaanam arunduveergala?

Would like to go for a walk?
உங்களுக்கு உலாவ செல்ல விருப்பமா?
ungalukku ulaava sella viruppama?

May I join you?
நான் உங்களுடன் சேர்ந்து கொள்ளலாமா?
naan ungaludan serndu kollalama?

Ok!
சரி!
seri!

I feel like going out somewhere.
எனக்கு எங்கேனும் வெளியே செல்ல வேண்டும் போல் இருக்கிறது.
yenakku yengaynum veliye sella vendum pol irukkiradu.

CHAPTER-35

AT THE BOOK SHOP

புத்தகக்கடையில் (puththaga kadaiyil)

An English newspaper, please.
தயவு செய்து ஒரு ஆங்கில செய்திதாள்.
dayavu seidu oru aangila seidhithaal.

I need a map of the area.
எனக்கு இந்த பகுதியின் வரைபடம் தேவை.
yennakku indha paguthiyin varaipadam theyvai.

Today's paper, please.
தயவு செய்து இன்றைய பேப்பர்.
dayavu seidu indraya paper.

I am looking for a jokebook in English.
எனக்கு ஆங்கிலத்தில் ஒரு ஜோக் புத்தகம் வேண்டும்.
yenakku aangilathil oru joke puththagam vendum.

CHAPTER-36

SMALL TALK

சிறிய உரையாடல் (siriya uraiyadal)

Good morning, sir/madam.
காலை வணக்கம், சார்/மேடம்.
kaalai vanakkam, sir/madam.

How are you?
நீங்கள எப்படி இருக்கிறீரகள்?
neengal yeppadi irukkireergal?

Very well.
மிகவும் நன்றாக.
migavum nandraaga.

What is your name?
உஙகள் பெயர் என்ன?
ungal peyar yenna?

My name is ....
என்னுடைய பெயர்.....
yennudaiya peyar......

Where do you come from?
நீங்கள் எங்கிருந்து வருகிறீர்கள்?
neengal yenkirundu varukireergal?

Where are you going?
நீங்கள் எங்கு செல்கிறீர்கள்?
neengal yenku selgireergal?

What are you doing?
நீங்கள் என்ன செய்கிறீர்கள்?
neengal yenna seigireergal?

What business are you in?
என்ன தொழில் செய்கிறீர்கள்?
yenna thozhil seigireergal?

Do you speak English?
நீங்கள் ஆங்கிலம் பேசுவீர்களா?
neengal aangilam pesuveergala?

I don't understand Tamil.
எனக்கு தமிழ் புரியாது.
yennaku Tamil puriyadu.

Could you please speak more slowly?
தயவு செய்து நீங்கள் மெதுவாக பேசுகிறீர்களா?
dayavu seidu neengal medhuvaaga pesugireergala?

I can't speak Tamil.
என்னால் தமிழ் பேச முடியாது.
yennal Tamil pesa mudiyaadu.

I speak a little Tamil.
நான் சிறிது தமிழ் பேசுவேன்.
naan siridu Tamil pesuvayn.

Are you married?
நீங்கள் திருமணமானவரா?
neengal thirumanamaanavara?

Yes, I am married.
ஆம். நான் திருமணமானவன்.
aam. naan thirumanamaanavan.

No. I am not married.
இல்லை. எனக்கு திருமணம் ஆகவில்லை.
illai, yenakku thirumanam aagavillai.

When is your birthday?
உங்கள் பிறந்தநாள் எப்பொழுது?
ungal pirantha naal yeppozhudu?

What is your age?
உங்களின் வயது என்ன?
ungalin vayadu yenna?

I am 25 years old.
எனக்கு 25 வயதாகிறது.
yenakku 25 vayadaakiradu.

What do you do?
நீங்கள் என்ன செய்கிறீர்கள்?
neengal yenna seigireergal?

I am a writer.
நான் ஒரு எழுத்தாளன்.
naan oru yezhuthaalan.

Have you come for the first time here?
நீங்கள் இங்கு முதன் முறையாக வந்துள்ளீர்களா?
neengal ingu mudan muraiyaaga vandulleergala?

How long do you plan to stay?
எவ்வளவு நாட்கள் தங்குவதாக திட்டம்?
yevvalavu naatkal thanguvadhaga thittam?

Another week /two weeks.
இன்னும் ஒரு/இரண்டு வாரங்கள்.
innum oru/irandu vaarangal.

It is very nice here.
இங்கு மிகவும் நனறாக உள்ளது.
ingu migavum nanraaga ulladu.

It's been great meeting you.
உங்களை சந்தித்ததில் மிகவும் மகிழ்ச்சி.
ungalai santhithathil migavum magilchi.

Keep in touch.
தொடர்பில் இருங்கள்.
thodarbil irungal.

With great pleasure.
மிகவும் சந்தோஷத்துடன்
migavum santhoshathudan

Whatever you like.
நீங்கள் விரும்பியது எல்லாம்.
neengal virumbiyadu yellaam.

I am okay, thanks.
நான் சரியாக இருக்கிறேன். நன்றி.
naan sariyaaga irukiren. nandri.

It's nice of you to help.
உங்களுக்கு உதவி செயவதற்கு நன்றாக உள்ளது.
ungalukku udavi seivadharkku nandraaga ulladu.

Were you waiting for me?
நீங்கள் எனக்காக காத்திருந்தீர்களா?
neengal yenakkaaga kaathirundeergala?

I don't like that.
எனக்கு அது பிடிக்காது.
yenakku adhu piddikaadu.

No. Thanks.
வேண்டாம். நன்றி.
vendaam. nandri.

Wait a moment.
ஒரு நிமிடம்.
oru nimidam.

It doesn't matter.
பரவாயில்லை.
paravaayillai.

Tomorrow is my last day here.
நாளை இங்கு எனக்கு கடைசி நாள்.
naalai ingu yenakku kadaisi naal.

I am here with my family.
நான் இங்கு என்னுடைய குடும்பத்தாருடன் இருக்கிறேன்.
naan ingu yennudaiya kudumbathaarudan irukkiren.

I would like to introduce you to ....
நான் உங்களை ....க்கு அறிமுக படுத்த விரும்புகிறேன்.
naan ungalai...ikku arimuga padutha virumbugiren.

This is my child/colleague.
இது என்னுடைய குழந்தை /உடன் வேலை செய்பவர்
idhu yennudaiya kulandhai/udan velai seibavar.

This is my friend.
இவர் என்னுடைய நண்பர்.
ivar yennudaiya nanbar.

This is my wife.
இவர் என்னுடைய மனைவி.
ivar yennudaiya manaivi.

This is my husband.
இவர் என்னுடைய கணவர்.
ivar yennudaiya kanavar.

This is my ....
இவர் என்னுடைய..................
ivar yennudaiya.................

CHAPTER-37

GREETINGS

வாழ்த்துக்கள் vazhththukkal

All the best.
எல்லாம் நன்றாக அமையட்டும்.
yellam nandraga amaiyattum.

And the same to you.
உங்களுக்கும் அப்படியே.
ungalukkum appadiye.

Best wishes.
நல் வாழ்த்துக்கள்.
nal vazhththukkal.

Certainly.
கண்டிப்பாக
kandippaga.

Certainly not.
கண்டிப்பாக இல்லை
kandippaga illai.

Congratulations!
வாழ்த்துக்கள்.
vazhththukkal.

Excuse me.
மன்னிக்கவும்.
mannikkavum.

Christmas Greetings.
இனிய கிறிஸ்துமஸ் வாழ்த்துக்கள்.
iniya Christmas vazhthukkal.

Good.
நல்லது.
nalladu.

Good Morning.
காலை வணக்கம்.
kaalai vanakkam.

Good afternoon.
மதிய வணக்கம்.
madhiya vanakkam.

Good evening.
மாலை வணக்கம்.
maalai vanakkam.

Good night.
இரவு வணக்கம்.
iravu vanakkam.

Goodbye.
போய் விட்டு வருகிறேன்.
poi vittu varugiren.

Happy New Year.
இனிய புத்தாண்டு வாழ்த்துக்கள்.
iniya puththandu vazhththukal.

Have a good trip.
பயணம் நன்றாக அமையட்டும்.
payanam nandraga amaiyattum.

Hope you have had a lovely time.
உங்களுடைய பொழுது இனிமையாக கழிந்தது என்று நினைக்கிறேன்.
ungaludaiya pozhudu inimaiyaga kazhindadu yendru ninaikkiren.

How are you?
எப்படி இருக்கின்றீர்கள்?
yeppadi irukkinreergal?

I am fine.
நான் நன்றாக இருக்கிறேன்.
naan nandraga irukkiren.

I am pleased to meet you.
உங்களை சந்தித்ததில் மிகவும் மகிழ்ச்சி.
ungalai santhithathil migavum magizhchi.

I see.
அப்படியா.
appadiyaa.

CHAPTER-38

AT THE BORDER

எல்லையில் (yellaiyil)

Your passport, please.
தயவுசெய்து உங்கள் பாஸ்போர்ட்.
dayavu seidu ungaal passport.

Your visa, please.
தயவுசெய்து உங்கள் விசா.
dayavu seidu ungaal visa.

Are travelling in a group/with family?
நீங்கள் குழு/குடும்பத்தினருடன பயணம் செய்கிறீர்களா?
neengal kuzhu/kudumbathinarudan payanam seikireergalaa ?

Are you travelling on your own?
நீங்கள் தனியாக பயணம் செய்கிறீர்களா?
neengal thaniyaaga payanam seikireergalaa ?

Your papers, please.
தயவுசெய்து உங்கள் பேப்பர்கள்.
dayavu seidu ungaal papergal.

What is purpose of visit?
உங்கள் வருகையின் நோக்கம் என்ன?
ungal varugaiyin nokkam yenna?

I am on business here.
நான் தொழில் முறையில் வந்திருக்கிறேன்.
Naan thozhil murayil vandhirukkiren.

I am here on holiday.
நான் விடுமுறையில் வந்திருக்கிறேன்.
Naan vidumuraiyil vandhirukkiren.

I am here for two days/ one month.
நான் இங்கு இரண்டு நாட்கள்/ஒரு மாதம் இருப்பேன்.
Naan ingu irandu naatkal/ oru maadham iruppayen.

I am here for two weeks.
நான் இங்கு இரண்டு வாரம் இருப்பேன்.
Naan ingu irandu vaaram iruppayen.

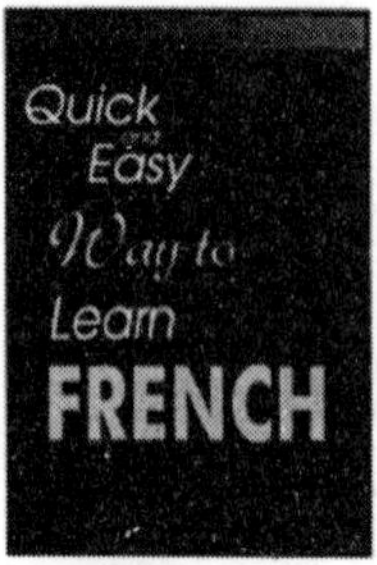

SIZE : 20 X 26
ISBN : 81-87838-02-7

SIZE : 20 X 26
ISBN : 81-87838-04-3

SIZE : 20 X 26
ISBN : 81-87838-03-5

SIZE : 20 X 26
ISBN : 81-87838-05-1

SIZE : 20 X 26
ISBN : 81-87838-06-X

SIZE : 20 X 26
ISBN : 81-87838-07-8